गुलमोहर

(काल – परवा)

परिमल कुमार

उर्फ

श्री. खेताराम ताराराम परियारिया

(M.COM, M.LIB & I. SC, GDC&A,

ATD, UGC-NET, MH-SET)

TANEESHA

PUBLISHERS

Title : Gulmohar

Author : Parimal Kumar

Edition : First (July, 2025)

ISBN : 9789349789241

Published by

TANEESHA PUBLISHERS | *A Venture by -* **PRACHI DIGITAL PUBLICATION**

Regd. Add.: 254, Khuriyakhatta No. 10, Bindukhatta,
Lalkuan, Nainital - 262402, Uttarakhand, India
Website : www.taneeshapublishers.in
E-mail : taneeshapublishers@gmail.com
Phone : +91 8454 812712, +91 8057 812712

Printed by :
Manipal Technologies Limited, Bengaluru - 560001, Karnataka

अर्पण....

"माझ्या आयुष्याला वळण देणाऱ्या माझ्या "देव-कन्या" काका काकीच्या आणि मराठी शब्दाचे बोट धरून लिहायला शिकवणारे गुरुवर्य श्री दिलीप भांडवलकर गुरुजीच्या चरणी" ......

थोडस माझे शब्द

"गुलमोहर" हा माझा कवितेच्या प्रवासातला पहिला कविता संग्रह.... कविता करणे म्हणजेच स्वत:ला स्वत:साठी जगताना शिकवणारी एक अशी जवळची व्यक्ति, प्रेरणा कि मैत्रीण म्हटले तरी चालेल, जी मनमोकळेपणाने विचार मांडायला लावले, न कोणते बंधन, न कोणती रोकटोक म्हणूनच कविता मला सगळ्यात जवळची आणि आपलीशी वाटते. मी फक्त आठवणीत रमणारा शब्दवेडा रसिक आहे. माझ्या आठवणींना शब्दात उतरवण्याचा हा फक्त अल्पसा प्रयत्न .. यापेक्षा जास्त माझे कोणतेच अस्तित्व नाही. माझ्या मनाच्या ओंजळीत साठवलेल्या भावना, कल्पना आणि अनुभवांचे प्रतिबिंब आहेत. "गुलमोहर". वाचकांना जगाकडे अधिक व्यापक दृष्टीने पाहण्यासाठी आणि त्यांच्या आत दडलेल्या शक्यतांचा शोध घेण्यासाठी प्रेरित करण्याचा माझा प्रयत्न आहे. या प्रयत्नांना शब्दांची ऊर्जा नवनिर्मितकडे नेते

"गुलमोहर"च्या प्रत्येक कवितेत, मी वेगवेगळ्या रंगांची, वेगवेगळ्या भावनांची, आणि वेगवेगळ्या विचारांची उधळण करण्याचा प्रयत्न केला आहे. काही कवितांमध्ये निसर्गाच्या सानिध्यात मिळालेला आनंद आहे, तर काही कवितांमध्ये जीवनातील संघर्ष आणि त्यातून मिळवलेला सकारात्मक दृष्टिकोन आहे. काही कवितांमध्ये प्रेम, विरह आणि वेदना यांसारख्या भावनांचा वेध घेतला आहे, तर काही कवितांमध्ये सामाजिक विषयांवर भाष्य करण्याचा प्रयत्न केला आहे. "गुलमोहर" कवितेसंग्रहाच्या माध्यमातून, मी वाचकांना त्यांच्या आत दडलेल्या भावनांना वाट करून देण्याचा आणि त्यांच्या मनात सकारात्मक विचार जागृत करण्याचा प्रयत्न केला आहे. "गुलमोहर" या संग्रहातील प्रत्येक कवितेतून, माझ्या भावनांचा, विचारांचा आणि अनुभवांचा एक प्रवास आहे. या प्रवासात वाचकांना त्यांच्या आयुष्याशी संबंधित असलेले अनेक संदर्भ सापडतील, आणि त्यांना त्यांच्या मनात दडलेल्या भावनांना वाट करून देण्यास प्रेरणा मिळेल.

माझे आणि लेखणीचे नाते असेच आहे म्हणून मी या कामनेसह हा प्रवास अखंड असेच चालू रहावा म्हणून प्रेरणा द्यावी ह्या सदीच्छेसह मी "गुलमोहर"च्या माध्यमातून आपल्यापर्यंत पोहोचवण्याचा प्रयत्न केला आहे.

काही चुका, उणिवा, सूचना आणि मार्गदर्शन हेच अपेक्षित धरून मी माझा हा प्रवास आरंभलेला आहे. आपल्या स्नेहांकित अभिसूचना मला लिहण्यास अधिक प्रभावित करेल म्हणूनच "गुलमोहर"च्या माध्यमातून अल्पसा प्रवास मांडीत आहे.

धन्यवाद.. !

परिमल कुमार..

अनुक्रमणिका

	शीर्षक	पेज नंबर
1)	बाप	8
2)	आठवणी.....	9
3)	तू आणि मी....	10
4)	प्रिय......	11
5)	बदल ....!	12
6)	काय माझे अस्तित्व	15
7)	विठुराया.....	16
8)	मी अनुभवलेलं गाव"......	17
9)	परमार्थ........	18
10)	गुरु........	19
11)	जाणता राजा....	20
12)	प्रवास माझा.....	21
13)	ती चिमणी..........	22
14)	माझं राज...........	23
15)	आजही आठवे	27
16)	दिवे पुन्हा मी जाळतो आहे......	28
17)	हरवलेला सूर्य माझा	29
18)	सख्या	30
19)	घर माझे	31
20)	नायक..	32
21)	सुर माझा..	33
22)	मन...	34
23)	एक घायाळ ...	35
24)	मी हरणी	36
25)	माझे 'बा'	37
26)	आठवणी	38
27)	विजेता...	39
28)	प्रिय संकटास...	40

29)	माझे सांगणे...	41
30)	खरच प्रेम असावे ...	42
31)	जेव्हा ...	43
32)	खंत ...	44
33)	भेटण्यासाठी. .	45
34)	खेळ....	46
35)	निशब्द	47
36)	झंकार	48
37)	गुपित..	49
38)	मन..	50
39)	ऋतु ..	51
40)	नातं..	52
41)	तिच्यासारखे..	53
42)	शोधताना..	54
43)	अंगणात..	55
44)	निरागस...	56
45)	मी...	57
46)	मानवता ...	58
47)	आठवणी...	59
48)	मरण...	60
49)	एक सागर.	61
50)	कुचंबणा	62
51)	प्रिय...	63
52)	मनातले..	64
53)	माझ्या भारत देशा...	65
54)	दु:ख ...	66
55)	एक झाड ...	67
56)	एक शब्द ...	68
57)	आसवे..	69
58)	माझी आई	70
59)	माय मराठी ..	71

60) जीवनधारा.. 72

61) नवे जुने .. 73

62) स्वप्ने .. 74

63) व्यथा. 75

64) एकटं असल्याचा...... 76

65) केसांना तूझ्या...... 78

66) हा गजरा......... 79

67) नातं............... 80

68) सरत्या वर्षा 81

69) नववर्षं....... 82

70) बाप 83

बाप

बापाची किंमत लावणाऱ्या बिन्डोकांनो...
तळहाताला आलेल्या जखमांना विचारा.....
बाप म्हणजे काय आहे......
कष्टाचा आभाळ फाडून.....
मायेची उस फेडणाऱ्या......
निधड्या छातीला म्हणतात बाप...
सूर्याच्या प्रखरतेला.....
आपल्या घामाच्या धारांने नरमवतो....
तो असतो बाप....
गुलाबांच्या नाजूक पाकळ्यात...
सामावणार नाही तो......
गुलमोहरासारखा छाती ठोक बहरतो...
तो आहे बाप.....

आठवणी

रात्रीच्या काळोख्यात....
अवचित येतात तुझ्या आठवणी...
आणि थांबून राहतात माझ्या उशाशी...
आणि मी.....
मी फक्त कुस बदलत राहतो...
तुला माझ्या आठवणीत पाहत...
तू निशब्द एकही शब्द उच्चारत नाही...
नजरेच्या स्मितहास्यात बोलत असते....
खूप काही.....
मी मनोमनी खूप काही म्हणत असतो...
माझ्या आठवणींच्या प्रत्येक क्षणात तू असतेस..
दिवा स्वप्नातही तूच दिसतेस....
आणि तुलाही वाटते असेच...
मी लिहावे फक्त तुला पाहून...
कवितेला माझ्या शब्दात वाहून...
ह्रदयातल्या एक एक भावनेतून...
माझ्या स्वप्न वेड्या शब्दातून...

या रात्रीच्या काळोख्यात...
येतात सखे फक्त तुझ्या आठवणी....

तू आणि मी

निशब्द डोळे....
मुख बोलणं....
आणि या अंतरंगाच्या थैमान गोंधळात....
मौन.....
तू आणि मी.....
त्या भेदरलेल्या नजरा...
तो गतिमान श्वासोश्वास....
कितीतरी अबोल अनंत गोष्टी....
ऐकण्यास आतुर....
तू आणि मी......

आयुष्याची ही परीक्षा....
काहीच क्षणांची.....
परिणामाच्या हातातल्या बोलक्या बाहुल्या....
ठरलोय फक्त आणि फक्त...
तू आणि मी.....

प्रिय

एके दिवशी ...
संधी मिळाली प्रत्येकाला ...
आप आपला प्रिय निवडण्याची ...
मग काय जो तू लागला कामाला ...
आपणास प्रिय काय..? कोण..? कसा आहे..? ते निवडण्यास......
सूर्याने प्रकाश निवडला.....
चांदण्यानी चंद्रास....
नद्या सागराच्या आलिंगाणात विसावल्या...
पवनाने परिमळाची सोबत धरली...
पावसाने वादळांना मिठी मारली...
ज्याने त्याने आपआपला प्रिय निवडला...
आणि प्रेमाने....
प्रेमाने हात धरला...
सुखदुःखात साथ देणाऱ्या...
प्रतिक्षेचा.......

बदल

मन खल्लत राहील...
'मी' मीच आहे
आणि तू ....
तू 'तुम्ही' होतीस
आणि शेवट पर्यंत
तू 'तुम्ही' होऊंनच राहिलीस
दिवसेदिवस ....
एकमेकांच्या उणिवा साचपत शोधत राहिलो...
दुखी निराश होत राहिलो ...
तुला माझ्यातल्या चुका दिसू लागल्या ....
मला तुझ्यातला अहंकार स्पर्शू लागला ...
दोन्ही बाजूंच्या ओढातानीतून
आपल्या भावना केव्हा विखुरल्या गेल्यात .....
न कळले तुला.....
न कळले मला .....
मी विरही वेदना सोबत घेऊन सखे
मी ह्रदयी तुझ्या ते स्थान मिळवू शकलो नाही ....
जे माझ्या मनी स्वप्नले होते ......
आणि तुला .....
नाही बनवू शकलो मनमित प्रेम प्रेयसी ....
ज्याची आस सदा माझ्या अंतरी होती ....
या समाजव्यवस्थेच्या भीतीपोटी ..
की,
तुझ्या आत्ममनाच्या विवश्यतेने ....
माझ्या नात्यास मलिन करून ठेवले होते ....
दुराव्याच्या भयाण रात्री पोरके करून ठेवले होते ....
कदाचित ......!
थोडा आणखीन वेळ दिला असतास सखे ....
तर ..!

मीपणाचा मोठेपणाच अधिक नडला ....
'आपल' म्हणणारी आपलेपणाची जागा शिल्लक होतीस कुठे ....
मला तुझ्याकडून हव तरी काय होत ....?
आणि ....
तुलाही काय अपेक्षा होती ....?
जरा जास्त नात्याला ओळखू शकलो असतो ......
या माझ्या तुझ्या दुराव्याला ....
आणि माझ्या तुझ्या अंतराला ....
कमी करू शकलो असतो ....
आज तू अन मी आपण बनून एकनाळ बनू शकलो असतो.......
मी नाही सखे ....
अचंबित या गोष्टीने की,
आपण दोघेही दुभंगलेल्या नात्याची...
किंमत बरोबर मोजित आहोत ......
कारण ....
तुझ्या इतके मलाही माहीत आहे ....
आपल्या दोघामध्ये ....

माहीत नाही .....
कदाचित तुझा शेवटचा प्रश्नही हाच असेन .....
जो माझा पहिला प्रश्न होता ....
की,
तू बदलणार तर नाही ना ..... ?
कदाचित मी तुला प्रामाणिकपणे स्वीकारू शकलो असतो ....
की तू मला तो विश्वास दाखवू शकली असतीस .....
न माझ्या मनात शंकेने जन्म घेतलाच नसता .....
की,
तू बदलणार तर नाही ना ....!
न तू बदलतलीस सखे ....
न मी बदललो ......
फक्त दुख याच गोष्टीचे आहे. ....

एकमेकांच्या बदलण्याच्या भावनेने .....
सारेच काही बदलले .....
आणि आपण एकमेकाना गमावून बसलो ......
शेवटच ऐक सखे .....
माझ्या स्वातंत्राच्या तुला खूप खूप धन्यवाद ...
आणि ......
तुला स्वातंत्राच्या खूप खूप सुभेच्छा ......
पुनः भेटूया ......
'कदाचित' ....

काय माझे अस्तित्व

भर पावसात तुडवत गेलो पायाखालचे चिखल
पण जखमेलाही नाही दिसले वण...
तर शरीराचे अनंत विभिन्न अवशेष
एक एक करून जोडिले पुन्हा जरी
कोठेही न दिसली ती जखमांची वेदना
आर्द भावना, आक्रोश की माझा आवाज
थेच होवून आटले सारे रान.....
कोणी पेटविला हा भावनांचा वणवा
राखेचे लोन तुडवून पुन्हा पेटण्यासाठी
पुन्हा उठतील या आतकांचे वारे
आणि भेटतील रक्ताळलेल्या कट्यारी
पुनः हाहाकार माजेल, अन पुनः मुडदे पडतील
पुन्हा प्रश्न सतावेल..
काय माझे अस्तित्व......
पुन्हा एकदा पाठीचा कणा उठणार
आणि नव्या उमेदान, एक नवा किनारा
शोधण्यासाठी एक नवे रान पुन्हा उठवेन
मी माझे अस्तित्व शोधण्यासाठी.....

विठुराया

भेटीला विठुराया
मज वारीत
धन्य धन्य मी
तूझ्या भक्तीत

जय हरी विठ्ठल
लागे मधुर गाणं
नाही भेदाभेद
चरणी एक सामान

नाम तुझे स्मरण
विठुराया रखुमाई
दिंडी घेऊनिया हाथी
मनी भक्ती अंगाई

जो जो भेटे वारकरी
तो तो तुझा दास
तू परब्रह्म अमुचा
तुझा सर्वस्वी वास

भक्तीचा हा मेळावा
अनंती आनंदी ओवरी
सदा ठेवशील राया
कृपा सर्वा डोक्यावरी

"मी अनुभवलेलं गाव"

आज वाटलं जणू भेटलं मोकळे आकाश...!
न धुरांच लोट न रोगट हवा फक्त निरव प्रकाश..!!

उभ्या शेतात उभं बाजरीचे शिवार...!
पाटाच मधुर नीर..जणू दुधाची धार....!!

दूर तो छाती ठोकून उभा संह्याद्रीचा डोंगर...!
पाहुण्यांच्या शेतात..प्रेमानं भरलेलं कौलारू घर..!!

गोठ्यात मला भेटल्या साहू - सीता नावाची गाय..!
तिच्या अधिवासानं नांदतेय लक्ष्मीमाय....!!

आज मला कळलं हो, गाव म्हणजे गाव आहे..
मी अनुभवलेलं गाव कामथडी त्याच नाव आहे!!

परमार्थ

राया माझ्या रे शेतामधी
हिरवा हिरवा रे बाजार..!
तरी संपला नाही पांडुरंगा
कर्जबाजारी अन आत्महत्येचा आजार...!!

माझ्या मालास कधी आला नाही
दोन पैकाचा भाव.....!
उभ्या स्वप्नांना पायतळी तुडविताना
वर्मी लागतो रे घावं....!!

कधी उगवेल रे
माझा सूर्य माझा प्रकाश....!
जेथे असेल पाऊसही माझा
अन माझेपणाचे आकाश....!!

किती राखू इमान तुझ्याशी
चाकरी ना सोडली मातीची....!
उभं झोपलेलं पदराच पीक
जळतो तीळ तीळ वातीची....!!

राया माझ्या रे शेतामधी
पीक पाण्याचा रे ध्यास....!
कधी संपणार रे राया
तूझ्या माझ्यातला वनवास....!!

तुझी माझी भेट व्हावी
सोन्या मोत्याच्या रूपात....!
तोच 'परिमल'चा परमार्थ
देवा विठुरायाच्या चरणात....!!

गुरु

स्वप्न सत्याचे वास्तव
चरणी आपल्या हो गळा दाटला....!
तुमच्या रूपाने मला
गुरु मज विठ्ठल भेटला......!!

का जावे मी वारीला
पंढरीचा वारकरी साठला....!
विटेवरचा तो माझ्या पाठीशी उभा
गुरु मज विठ्ठल भेटला....!!

पाठीवरी हात ठेवून
लढ म्हणणारा पांडुरंग वाटला....!
सुखदुःखात वाट दावणारा
गुरु मज विठ्ठल भेटला....!!

तुमच्या रूपाने मला
पंढरीचा पांडुरंग पावला....!
धन्य धन्य झालो मी 'परिमल'
गुरु मज विठ्ठल भेटला....!

जाणता राजा

तो ३ एप्रिल १६८० चा काळजाची चाळण करणारा काळा दिवस.....
एकाकी रायगड,निशब्द सह्याद्री पोरकी रयत व्यर्थचा कयास...

माझ्या काळया माईच्या नयनी कड्यांत अश्रू सागर
लाखांचा पोशिंदाने अखेरच्या निरोपाने अचल नगर

रायगडावरला आमुचा दैवत दाता आता देवळी नाही
सारं असूनही राज तुमच्या विना जणू काहीच नाही

रात्र जरी झाली तरी सूर्य कधी मावळत नसतो
राजे तुम्ही सूर्य आहात आकाशी तो कधीच झाकळत नसतो

राजे तुम्ही नाहीत आमच्यात असं कोण म्हणतो
तुमचे विचार, तुमच शोर्य आजही जगण्याचे आम्हा बळ देतो

शिवराय नावाचे दैवत्व कधी मरू शकत नाही
आपल्या सारखा जाणता राजा पुन्हा होऊ शकत नाही

प्रवास माझा

पहिला वहिलाच होता प्रवास माझा..
मन आनंद भरारी, उत्साहाचा कयास माझा.. ....!!

उंच आकाशी उडताना स्वप्न आभाषी वाटे..
रहावे असेच अंतरी या मनास केला प्रयास माझा.. ....!!

मनात होते केव्हाचे उंच आकाशी उडण्याचे..
झाले पूर्ण आज मी आभार मानावंयास माझा.. ....!!

उंचावरुनी दुनिया खाली इतुकली बिटुकली वाटे..
मनाचा हा भेद नसावा बदल घडावयास माझा.. ....!!

सदा घडो या पुढेही 'परिमल'सोबतचा प्रवास माझा.
छान म्हणावा असा पहिला वहिला प्रवास माझा.. ....!!

ती चिमणी

मलाही उडायचं आहे स्वच्छंद या आकाशी........
हव्यात का बेड्या बंधनाच्या माझे जीवन माझ्या मतांशी....... ....!!

माझ्यावर धाक ठेवणारे तुम्ही कोण आहे...
माझ्याच मी पणाची मी ती चिमणीच आहे.. ....!!

आधी हिरावले स्वातंत्र्य
आणि बेघर माझा अधिवास......
आज अस्तित्वाचा प्रश्न गंभीर
का उगाचच करती हा फुसका आभास... ....!!

मला माझाच आता शोध पुरता चालू आहे......
मोकळा श्वास घेणारी उडू पाहणारी मी ती चिमणीच आहे....... ....!!

एक होता काळ माझ्यासाठी झटणारी माणुसकी
माझ्या नजरेत भरायची घराघरात......
होता प्रत्येक घरी दानापानी हक्काचा
अन जागा होती मनामनात.......

कुठे गेले ते दिवस आता फक्त पुसटच्या आठवणी आहे........
मंद वेड्या दुनियेची बळी मी ती चिमणीच आहे....

मी सांगते आज ठोकून छाती
मी नाही तर तुम्हीही नाही...... ....!!
जीवनसाखळीच्या या चक्रात
एक मी पण आहे, बाकी मला माहित नाही.....

ही धमकी नाही चेतावणी आहे......
मोकळ्या श्वासाने उडू पाहणारी मी ती चिमणीच आहे...... ....!!

माझं राज

हिंदवी स्वराज्य स्थापून.....
सह्याद्रीच्या सिंव्हानं.....
जिजाऊच्या शिवबानं.......

कथा हिंदवी स्वराज्यांची खास....
योजीतो कवी परिमलच्या शब्दास....
ऐका रायतेच्या राज्याचा इतिहास.....
देव देश धर्म बाटला...
गाठला अनाचार... माय लेकीला...

जुलुम जबरदस्ती अन्याय फार...
आता बास गणिमाचा भार....
घेतला शिवानं अवतार
जी जी जी जी जी जी.....

भोसले शहाजीराजे व जिजाईच्या पोटी
शिव अवतार झाला....
एका क्रांतीसूर्याचा जन्म झाला.....

एक एक हिरे लाभले....
सह्याद्रीच्या कुशीतले....
बाजी होते , तानाजी होते,
होते येसाजी, सूर्याजी,
फिरंगोजी सारखे मर्द मावळे...
स्वराज्यासाठी कुर्बानीस तयार झाले..

स्वराज्याचे बांधले तोरण प्रथम तोरण्याला...
आणि स्वराज्याचा झेंडा फडकला...
लुटला 'कल्याणचा खजिना',

स्वराज्याच्या रयतेकरीता....
भावी स्वप्नाकरिता .....

गाऊ किती गुण माझ्या रायांप्रती...
न्याय आणि नीती..
सदाचार प्रीती...
दाहिदिशा गाजती कीर्ती....

परस्त्रीचा केला सदैव बहुमान...
असा शिवराय चारित्र्यवान
यथा राजा होणे नाही शिलवान...

विजापूरचा अफझलखान...
आला आला करण्या हैराण...
शिवाचा घेण्या प्राण...
पैजेचा विडा उचलून...
प्रतापगडावर रोखला बाण....
काढला कोथळा शिवाजीराजानं....
कायमचा गाढला तिथंच कबर बांधून.....

मुठी बांघून सिद्दी आला...
पन्हाळगडी वेढा टाकला...
चुना लावून शिवबा निसटला...
विशाळगडी सुखरूप पोहोचला....

दिल्लीचा मामा शाहिस्तेखान....
छाती मिरवीत पुण्यात बैसला तळ ठोकून...
पण त्याला शिवाजीराजानं....
अचानक रात्रीच गाठून....
छाटली बोटे कापून...
जिवावरील संकट बोटावर निभावून....

शाहिस्तेखान पळाला पार पुणे सोडून.....

झोप उडाली..उडाली झोप औरंगजेबाची...
मनात नाचती छबी शिवाजीराजांची....

खेळला डाव राजकारणाचा...
धाडला मुरलेल्या मिर्झाराजा जयसिंगाला...
पुरंदर वेढिला....
तोफांनी नाच केला...
शिवाजीनं अशा वेळेला....
जाणून भविष्यकाला...
एक पाय मागे घेतला...
तडजोडीचा तह केला......

शिवाजीराजेची कीर्ती पसरली....
चहुंकडे गर्जली....
पण औरंगजेबाला नाही पचली...
आणखी एक योजना आखली......

जयशिंगाकरवी शिवाजी राजास....
वाढदिवसाच्या निमित्ताने खास....
दिल्लीदरबारी बोलावून शिवबास....
नजरकैदेत ठेविले आग्र्यास.....

पण शिवबाही सह्याद्रीचा सव्वाशेर होता....
संयमाने डाव टाकणारा मराठ्यांचा समशेर होता.....

देऊन हाती तुरी शिवबा गायब झाला...
दिल्ली दरबार अचंबित झाला....
म्हणे, "ये क्या हुआ अल्ला?....
या अल्ला धोका.. धोका या अल्ला....

एक स्वप्न पूर्ण जाहले...
हिंदवी स्वराज्य निर्मिले....
रायतेचे राज्य आले....
देव देश धर्म पावले..
माझे राजे पहिले छत्रपती झाले....
शिवशक सुरू झाले...
राज्याभिषेकाने होन, रुपये जन्मले....

अश्या शिवछत्रपती चरणात ....
त्रिवार मुजरा मनामनात ...
कवी "परिमल" वंदीतो शिव कवनात....
असा राजा पुन्हा होणे नाही या विश्वात ......

जय जय जय जय कार....
शिव,स्वराज्य राहो सदा अटके पार....

आजही आठवे

आजही आठवे
विनी ची शाळा
जिने लावीला लळा
आजही आठवे ....!!

आजही आठवे
पसायदानचे गाणं
शिक्षकांचा सन्मान
आजही आठवे ....!!

आजही आठवे
तो गणिताचा तास
भाषा बुद्धिमतेची कास
आजही आठवे....!!

आजही आठवे
सूर्यनमस्कारचा संघ
लेझीममध्ये दंग
आजही आठवे....!!

आजही आठवे
मला माझे मित्र
१० वर्षा आधीचे चित्र
आजही आठवे ....!!

आजही आठवे
धन्य धन्य माझे शिक्षक
केले हे जीवन सार्थक....
आजही आठवे ....!!

दिवे पुन्हा मी जाळतो आहे

एकाच आशेने दिवे मी जाळतो आहे ..
अंधारातही तीचे मौन मी पाळतो आहे ...

कोणत्या वळणावर मला सोडले तिने ..
त्या तिथे फूल आजही मी वाहतो आहे ...

दिवसा कैक तुटलेल्या स्वप्नातून ..
रात्र रंगलेल्या ताऱ्यांची मी मोजतो आहे ...

मी पणाच्या सूर्याला माझ्या वाचवण्यासाठी ..
एक नवा काजवा होऊन रोज मी भेटलो आहे ...

बघता बघता घर माझे उद्धस्त झाले ..
उरली सुरली नातीगोटी मी जपतो आहे ...

तुझ्या माझ्यातली ती असेपर्यन्त मित्रांनो ..
परिस्थितीला पदोपदी मी भांडतो आहे ...

'परिमल'ची स्वप्ने पुन्हा मी माळतो आहे ..
यशाच्या आशेचे दिवे पुन्हा मी जाळतो आहे...

हरवलेला सूर्य माझा

हरवलेला सूर्य माझा...
क्षितिजाआड शोधतोय मी ....!

व्यर्थ माझी धडपड आता ....
या अंधकारात लुब्ध पावली आता ....!
हरवलेला सूर्य माझा..
क्षितिजाआड शोधतोय मी ....!

ओहोटीची लाट रडवेला किनारा ..
आसवांत भिजून चिंब मी .....
हरवलेला सूर्य माझा .....
क्षितिजाआड शोधतोय मी ....!

हासे हा चंद्रमा अन तारका ....
पण सुख क्षणभंगुरासम पुनः निशेमागून ....
उषा घेईन जन्म वाट पाहतोय मी
हरवलेला सूर्य माझा....
क्षितिजाआड शोधतोय मी .....!

सख्या

खरच का रे सख्या जीवन जगणं
इतक सोप्प असतं का?

येणाऱ्या पुराला सुद्धा
त्या इतक वाहून घ्यायच असत का?
खरच का रे प्रेम करणे
इतक सोप्प असतं का?

प्रेमातही दुधासारख उतू जायच असत का?
निशेच्या अंधकारातुनही
एका कवडश्या एवढ्या जिवाची धडपड असते का?

खरच का रे सख्या जीवनात
मरण अन प्रेम करण सोप्प असतं का?

मरणावर मात करून सख्या
प्रेमान मरणावर विजय मिळवून जीवन जगायचे असते ....!!

घर माझे

शोधतोय घर माझे
आज येथे उदया कोठे ?

दूर दाटलेल्या धुक्यात अन
मातीच्या कच्च्या पायवाटेवर
ओळखीच्या पाऊल खुणेवर टाकतोय पाय माझे
रोज असेच दाटलेल्या हुंदक्यात
पुन्हा शोधतोय घर माझे ....

बेघर..
होय बेघर अशी ओळख माझी
सोबतीला घेउनी वारा, मागतो सावलीला थारा
धावता, थांबता भेटणाराही
नाकारत आहे आज मला नाकाऱ्यांनो माझ्या हितचिंतकांनो
हा दोष माझा आहे, की माझ्या नाशिबाचा..

अखेर बेघरच मी ह्या ग्रीष्मचा घेऊन उबारा,
अन आशेच्या किरणावर ध्येय माझे
पूर्व, पश्चिम, उत्तर, दक्षिण ....!!
शोधतोय घर माझे
आज येथे उदया कोठे ?

नायक

मला माहीत असलेल्या सर्व दिशा
पाहताच मला असे दरवाजे का लवताहेत
अरे हो ....! मी कलाकार, कवी,
चित्रकार आणि असे अनेक
बहुरंगी भूमिकांचा नायक
पण, बेघर ......
हो बेघर...
ह्या साऱ्यांवर विजय माझे
अभिराज्य गाजवणारा मी पात्र...
पुन्हा पुन्हा तोच प्रश्न
घर नसलेला बेघर मी ......
ह्या भटकंतीला अल्पविराम
कधी लागलाच नाही, आणि लावाव म्हटल ....
पण,छे.. या बेघरास...
त्या मैफिलीत कसदार,कलाकार
म्हणून मला कधी घेतलेच नाही ......
खांद्यावरची शबनम सरकवत पुन्हा
नदीकिनारी, अगीनगाडीच्या पटरीवर
मढ तुडवत मी..
पुन्हा एकदा नव्या दमाने ....
शोधतोय घर माझे.. ......

सुर माझा

सुर माझा वेगळा
आसवांचा, पुर माझा वेगळा

प्रेमातली भाषा तुझी
उत्तरांचा मजकूर माझा वेगळा

'प्यार' तुझे उतत होते
जीवनातला, नूर माझा वेगळा

तीन दगडांची चूल आपली
दिशाहीन, धूर माझा वेगळा

रडणारी नयन नौका
तो क्षितिजही, दूर माझा वेगळा

नाही पुन्हा पडणार
या मैफिलीत, अंकुर माझा वेगळा

शेवट माझा गोड आहे
रुळावरती मृतदेह, सुर माझा वेगळा..

मन

तू आठवणीच्या मनोऱ्यात कानोसा घेणारी पवनवेदना
अन मी एकांत उन्हाळी
हरवलेल्या बेभान मना
तू उमटलेल स्वप्न अधिक सुंदर
की, समोरून कोरून गेलेली पाऊल खुणा ....!!

आता तूच सांगाव.... ? प्रिये
कसे समजावू.. या पागल तना
जवळ असणारी अतीव गोडी
ही हव्यास मज प्रेम भावना ....!!

काय करू मी ? आता प्रिये...
प्रश्न तुझे-माझे आता सुटवे ना
विरहाची रात्र संपवावी
वसंत फुलावा भेटावा एकमेकांना ....!!

एक घायाळ

मन वेडावणारे..
तरी पण तुझ्यातच गुंफलेल
मोहक उगवलेली पुष्पक कळी ही
नाहक वेधलेल आसक्त गहरी जखम ती
आयुष्यात न भरणारी
मातीस या सांगू हक्क मी ?
विभक्त प्रेमात तुझ्या आज
एक घायाळ मी हरणा ..!

घेत धाव क्षण रंगाची
भेसूर तव मर्मची
आस ओढ तरंगही
भेटीस अतुरलेल
ती क्षितिजा आड नाहीशी कुठेतरी
एकांती एकटी दुष्काळी तो मी
एक घायाळ मी हरणा ..!

मी हरणी.....

प्रेमात तुझ्या या तव मन तुझ्यात भिजले
वीसरुनी जगाया झाली तु माझी हरणी ....!!

सैरभैर आज का झालास तू 'सजना'
व्याकुळ विरह, घायाळ मी हरणी ....!!
रम्य सरीतेचा भुरळी किनारा
गाठी-भेटीचे, गप्पा-गोष्टींचे सदा मनी आठवणीत असे
जखमी मन, घायाळ मी हरणी ....!!

झेललेस घाव तू अनेक जीवनात
तू मला घाव घातला न भरणारा
काटयांची सोबत करीत, फुलांचा सुगंध दिलास
तोडली नाळ, घायाळ मी हरणी ....!!

शोधू कोठे मी ध्रुवतारा 'आपल' म्हणणारा
'अंतरांचे' अंतर छळताना शोधते मी
सामावून घेशील का रे मन पतंगा
विभक्त एकटी, घायाळ मी हरणी. ....!!

माझे 'बा'

'बाबा'
आज तुझी आठवण दाट भरुनी याद आली
तुझ्या अंगा खांदयावर खेळल्याचे आठवतय मला
असा दिवस गेला नाही की माझा लाड पुरवला नाही
हट्ट ही तितकेच..पुरवणारा.....
हुंदक्यात आसंवाचे प्रेम ओतनारा बाप पहिला

भर रस्त्यावरून ओझी वाहून नेताना
भर उन्हात घाम गाळताना
माझ्या पोटाची आग विझवताना
थकव्याला आधाराला खांदा देताना
आज तुझ्या आशक्त शब्दांची साद आली.

माझ बालपण जपताना धारांचा पाऊस करणारा
माईच्या पाठीवर सावली सारखा उभा राहीला
माईच्या संसाराला आभाळा सारखा आधार देणारा
माझा कर्ता, करविता,कर्मा, धर्माचा दाता
परिस्थितिच्या मागे वळून न पाहता
फाटलेल्या प्रत्येक लक्तराला समाधनाचे ठिगाळ लावनारा
अन वेदनेला हळुवार फुंकर लावून माती चोळनारा

मजसाठीच स्वतःच मुल होताना
उभ्या डोळयासमोर रडणाऱ्या अंत:र्मनाला
मनाची अशी एक योग्य दिशा दाखवणाऱ्या
माझ्या 'बा' ची आज डोळे भरून याद आली.

आठवणी

भर उन्हात वारा शोधताना तहानेने व्याकुळ होताना
तुझ्या आठवणीचा पाऊस यावा
नभी रंग तो बदलुनी जावा

काठ तो किनारा मनाचा
सौजन्याने सुगंधित पालवित नवा
परतूनी घरट्यात खगांचा थवा
आठवणीतही माईचा ऊर भरून ठेवा

सुर जुळावे, स्मरण करावे
जगी जे दु:ख निवळावे
बाबांचा भक्कम आधार हवा
प्रकाशातूनही प्रकाश यावा

पाठ फिरवलेल्या प्रेयसीला
अन आपल्या भाऊ-बहिणीला
भेद अंतरीचा सुयोग्य जाणावा
मार्ग माझा वेगळा हो धरीला
काय वेगळा कागावा करावा

असेच सारे जगतात
मरणाला कोण भीत असे
इह लोकीचा आता प्रवास संपला
अन मला हवा तो किनाराही मिळाला
सोडून आता जात आहे
हीच माझी जीवनावर मात आहे

विजेता

जीवनकाठी जगण आल
हे जीवन मी जगणार ....!!

अनंत ही संकटे अडथळी
का म्हणूनी मी मरणार ....!!

मरण मागुनी मरण ठरले
तिच्यावाचून का मी झुरणार ....!!

लाथ मारून पानी काढेन
एवढी ध्येय शक्ती मी जगणार ....!!

दूर तो किनारा अन
क्षितिजही हसत मुखी बोलणार ....!!

जीवन नौका पार करीत, बघ
आज विजेता मी होणार.....!!

प्रिय संकटास

अफाट अवकाळी, उचकटलेल्या एखाद्या
मायावी राक्षसासारखा अक्राळ-विक्राळ असा
आ.. वासून मध्येच उभा हा तो संकट..
माझीच वाट अडवून सारेच आकडे नडवून
डोक जरा सडवून
दूर हो !.. माझ्या सहनशिलतेने क्षमून जाशील
आई... आई करून रडून जाशील
राहीला माझ्या परिस्थितीचा प्रश्न
त्यावरी जावू नकोस उपहासाने पाहू नकोस
ध्येयापुढे वाहून पुरता सपाट होशील
पुन्हा एकदा विनम्रतेचा होकार तुला
दूर हो !..
पुरे आता विनवण्याचा शिष्ठाचार
हा घे अंगद प्रहार..... नव्हे तर तत्काळ घे माघार
मी कवी आहे.. याची याद राख ..
हाती अस्त्ररूपी लेखणीच्या ताकदीपुढे तुझा टिकाव लागणार नाही
हार मी खाणार नाही ...पराजित होवून जगी या तू जगणार नाहीस
मग घे माघार अन मार्ग मोकळा कर मला
जगणाऱ्याना जाग करायला जायचे आहे
तुझ्या सहकार्याची ग्वाही द्यायची आहे
तेव्हा प्रिय संकटा दूर हो !..

माझे सांगणे

चार गुणिले दोन उत्तर किती सोपे आहे
दोन अन चार मधला फरक कोणी सांगेल का ?

चंद्र सम तारका ध्रुव तू परका
चंद्र अन ध्रुव मधला फरक कोणी सांगेल का ?

दुधाची साय अन रस्त्यावरचा साप
साय अन साप मधला फरक कोणी सांगेल का ?

क्षितिजा आडची सविता अन कागदावरची कविता
सविता अन कविता मधला फरक कोणी सांगेल का ?

प्रेम आणि प्रेमिका हृद्यचा भेद घेती भेदीका
प्रेमिका का भेदिका मधला फरक कोणी सांगेल का ?

तुझे जगणे माझे मरणे
तुझे जगणे अन माझे मरणे मधला फरक कोणी सांगेल का ?

खरच प्रेम असावे ...

सारेच सोडून जातील तेव्हा प्रिये..
माझी आठवण तुला येईल
पश्चातापाच्या डोहात राहून तुलाही वाटेल
कोणीतरी आपल असावे कोणांसाठी झुरावे

तिने माझ्यावर प्रेम करावे खरच प्रेम असावे...!
प्रेम निखळ झऱ्यासमान असावे
माईसाठी दावण तोडनाऱ्या वासरासमान असावे
खरच वाटते ना, माझे प्रेम असेच असावे......

जगाच्या कोणत्याच कोपऱ्यात ठेवण्यासाठी जागा नसावी
प्रिय तुझे प्रेम अपार असावे खरच प्रेम असावे...!
गवळणीच्या कान्हाचे प्रेम असेच होते सुर बासरीचे अपुरेच ठरले
जात काय, धर्म काय.. अन वयाची अट नाही
रजनी सम झुरत जात, उत्साहही तितुकाच असे
जणू चंद्र असे चांदण्यासाठी असे जगावे
खरेच प्रेम असावे... !

जन्म हा अनमोल असंख्य धनाचा सारेच काही नियतीप्रमाणे घडत राहील
खरच प्रेम असावे... !
जे निघून गेले ते दिवस पुन्हा येणार नाही
नितळ प्रेमासाठी जगावे
जगी या जीवनी एकदा तरी प्रेम करावे
खरच प्रेम असावे... !

जेव्हा

मी जेव्हा जाईल
माझ्या मयतीला कावळ्यांनी हजेरी लावावी
ही चिमण पाखरांनो आजचाच दिवस फक्त
तुमचे घरटे थांबवून मजसाठी
एक-एक तिणक्याची तिरडी माझी बांधावी...!

हे गरुडराजा तुलाही विणवतो
बाहूपाशात जोर तो जग जिंकण्याचा
दोन-चार लाकडाची चिता माझी रचावी. .!

हे पक्षीगण हो आवाहन हे तुम्हा या कवीचे
कसला विधी अन कसले धर्म
तुमच्या चिवचिवाटाने कविता माझी म्हणावी. .!

निघेल माझी जेव्हा शवयात्रा
धूर्त मानुष्याचा स्पर्श हवाच कशाला?
भग्न शरीराचा एक-एक तुकडा करून
आपली इच्छा पुरी करावी .!

यावे त्यांनी माझ्या दहाव्याला
यथेच्छ ताव मारावा
कोणीही राहू नये उपाशी
हे प्रभूराया संकल्प माझा पूर्ण करावा.. .!

खंत

का करावी खंत, मनी नसावी खंत
वारा वाहून जातो खरा, मग पावसाने का करावी खंत..
वाट पाहून पाहून, प्रियकराने का करावी खंत..

आड वाट माझी नशिबाने सोडली साथ माझी
नाशिबाचा हवाला देऊन का करावी खंत..

आग पेटली.. पेटली इतकी भडकली
लावलेल्या आगपेटीने का करावी खंत..

धावत्या सरीतेचे स्वच्छंद बागडणे
बांध बांधूनी जलधारेने, का करावी खंत..

भ्रमर वेडा, सुमनकंदाचा धावे इकडून तिकडून
कुसुम फुलांच्या प्रेमिकाने, का करावी खंत..

प्रेम करता करता प्रेयसीने पाठ फिरवावी
प्रियकराने विरहाची, का करावी खंत..

जीवन सारे संपुनी गेले आठवणीच्या सायंकाळी
मरण आले म्हणूनि जीवनाने, का करावी खंत..

भेटण्यासाठी

कोण जगतो प्रेमासाठी...?
जगतो याद काढण्यासाठी !

सोडून प्रीत तू आलीस
तोडली नाळ जन्मण्यासाठी!

आशक्त आग हृदयास लागलेली
आलेत बघ राख विझविण्यासाठी!

का कोणास ठाऊक या गंधाचा
फूल वेलीसह तुडविण्यासाठी!

मी झालो का कवी हे जगा
शब्द माझे वाटण्यासाठी!

प्रेमा तुझा रंग कसा
बघ रंगात रंगण्यासाठी!

वाट पाहीन हे 'परीमल' जन्मभर
पुन्हा एकदा भेटण्यासाठी.. !

खेळ

शब्दाचा खेळ करताना
प्रिये.. प्रेमाचा हिशोब मांडू नये!

आज सिंहगड तर उदय आयनॉक्स
नको तसल्या कारणासाठी भांडु नये !

मी प्रेम वेडा रसिक
माझ्या नाजुक मनाला अशा लाटे सम सांडू नये!

प्रेमाचे नाते अखंड तेवत ठेवू
मन गहिऱ्या प्रेमस मज असे कोडू नये!

निशब्द

शुभ्र प्राजक्ताच्या नाजुक स्पर्शात
अशांत अशा वेळी भेटणाऱ्या पावसात

तुझ्या चिंब भिजलेल्या यौवनात
प्रिये.. मी निशब्द झालो तुझ्या प्रेमात

माझा म्हणणारा हा वारा देखील
पुलकित झाला मनात

का तुझी साद घालतो
प्रिये.. मी निशब्द झालो तुझ्या प्रेमात

तीच आठवण तेच ते ठिकाण
अन अचंबित करणारी सळसळती रात

तुझ्या रसाळणाऱ्या आगीत
प्रिये.. मी निशब्द झालो तुझ्या प्रेमात

झंकार

प्रिये, कधीतरी माझ्या अबोल नजरेला नजर देऊन पाहिलेस का?
प्रेमाच्या शब्दांची किंमत नक्कीच दिसेल तुला..!

माझे झुरणारे जीवनगाणे विणेविना झंकार छेडलेले
माझेच जीवन तराणे या झंकाराला अन मनाला..!

मी समजावू कसे तुझ्याविना एकाकी रहाणे
अन विचारांना आवरणे नाही माझ्या काबूत ..!

हे जीवन तुझ्या आतुरतेने व्याकुळ अन उदासीन झालेले
न मानणाऱ्या मनाचे अन हाताबाहेर तनाचे ..!

मी या संभ्रमात गाडला गेलेलो एक निष्पाप प्रेमिक
माझ्या प्रेमाचा अन तिच्या छंदाचा एक मिलाप हवा आहे ..!

तो मिलाप एक 'सलाम' सारखा हवा आहे
माझ्या गंधवेड्या प्रीतीचा रंग हवा आहे..!

याचेच नाव प्रेम असावे कदाचित सखे,
अन विणेविना छेडलेला झंकार हवा आहे..!

गुपित

शीळ कोणी घातली ...
अंतरी हसले गं चांदणे ...

मुक्या ह्या लहानग्या
काय सांगावे कळयांचे हे वागणे ....

तृण- तृणांवर निजे प्रिये स्वप्नातले गाणे
अन कोवळ्या रागाचा
कानी लोभण वागणे...

कोणी छेडिला गं स्वर
वाऱ्यासंगे तुझे रांगणे ....

बासरीच्या सुरात हरवला गं श्याम माझा
सांग प्रिये तुला कोठे गं शोधणे ....

स्वरांचा हा सुगंध ठेवू कसे मना
देहहीन मन माझे कोणा सांगणे ....

प्रेम माझे असे गुपित रहावे
हेच देवा माझ्या परीमलचे सांगणे .....

मन

जगण्याचा संदर्भ शोधताना
संवेदनाचा विचारही केला नाही
आठवणीचे ओझेही नकोसे झाले
अन शरीरही ओंझारलेले ...

जीवनाकडे बघण्याची नजरही दुरावली
सुखांचे दोरही लांबलेले
अगदी असच झाले माझ्या मनाचे
अडगळीच्या कोनाड्यात टाकलेले

कोणीही नजरेला नजर देवू नये
म्हणून अंतरी पडदा लावून झाकलेले..

ऋतु

सारेच काही संदर्भ जुळवून पहिले
'पण' तुझे रहस्य काही नाही उघडले
आलटून-पालटून, इकडून-तिकडून
तरी विज्ञानाचे घोडे अडले हो!

ऋतु हिरवा, फुला-फळांनी बहरला
खळखळ पाणी अन जलराणी
आनंदाचा मोर नाचरा हवा हवासा
निसर्ग ही गाऊ लागे पाऊस गाणी !

हवी हवीशी वाटते ही गुलाबी थंडी
बोचतो अंगी वारा गं.. प्रेम तव उतू लागले यौवनी
नवचैतन्याचा हा ऋतु न्यारा गं !
त्राहीचाही कहर माजला
पर्ण झाहले पोरखे हो

ग्रीष्माची सोबत करुनी मिटवतो विरह हा
समविले तू मज अग्नि सारखे हो !
हा चालला खेळ अजब अन गजब
का धावतात एका मागे एक
निसर्गाच्या रंगामध्ये अन ऋतु संगे
मन भरलेले वयात न्याहूनी अनेक !

नातं

मध्यानं उन्हाच्या लपंडावाच्या खेळात
मनाच्या चढ-उताराने सखे
का म्हणून माघार घ्यावी ..?
तिच्या नाहक प्रश्नांच्या उत्तरानं
चेहऱ्याच्या उत्तरात व्यापणारा तो तिचा मुखडा
भकास उतरणीच्या शिरिषासारखा भासतोय
अवकाशातील त्या चंद्र - तारकांचे काय ?
तो अखंडित डाव प्रचंड पटावर मांडलेला
माझ्या मनाच्या शंका दुशंकेच्या लहरीवर
कदाचित तिनेही माघार घ्यावी, अन
तीही याच अवस्थेला विजय म्हणावी.
जे गुंतवलेलं मन माझं
का हा प्रेमळ गुंता अलगद गुंतवलास?
एक एक करताना अनेक दिशा फुटतील
अन माझ्या हळव्या मनाला पाणी-झरे निपचित सारे सुटतील
तेव्हा तुझा तो निरागस चेहरा पुन्हा एकदा डोकी वर काढतील
तू हसत असशील अन मी रडत राहील
सारे काही क्षितिजाच्या पलीकडे राहतील
अन माझं तुटलेले, भंगलेले ते मन घेवून
पुन्हा एकदा ते जोडण्यास मी ..
एक डाव खेळत राहीन..

तिच्यासारखे

तू चल पुढे मी आलोच तुझ्या मागे
ती हळूच येणारी हाक, माझ्या मनी लागे

भर उन्हात तापली ती माझी शीतल सावली
मन भरास आले अन ती तुझ्या रूपात पावली

रंग रंगासाठी भांडतात तरी तू शेवटचा आधार
एक होवून पुन्हा भेटले मजसाठी घेत माघार

क्षणक्षणात या अनंत पोकळीनं मांडली लोकहो जोखीची वेळ
मी मात्र अजूनही खेळतो जुन्याच पटाचा खेळ

सारेच कसे मनासारखे जीवन ही उलगडून आले
तिच्या स्वप्नासारखे मन माझे अलगद भरून आले..

शोधताना

मृगजळाच्या मोहात पडून पर्णावरील प्रिय त्या नवबिंदुस..
मज का उगाचच भास व्हावा?
तेजस्वी किरणांचा सहवास शोधताना..
विरहाचा आत्म् दुरावा
असे का वाटते? प्रभातेत विरून द्याव

त्याचा सुवर्ण सहवास मन पावलीत सुगंधित करीत
सारेच जग विसरण्याच्या तयारीनं
आज नभि चंद्रमा का धावतोय क्रमणा?
लाजवेल चांदण्या.. अन भिजेलेत तरु
साऱ्या रात्रीनं का डोक्यावर गुणगूणावं?

कोणासाठी.. खरच मजसाठी, आत्म मनासाठी
की, कोणाकडे पाहून दवबिंदुस माझ्या धडधडणाऱ्या हृदयासाठी..
बस्स.. करावे हे धडधडणाऱ्या हृदया
ज्यापरी प्रीत एवढी लावलीस का ती?

क्षणभंगुर हे दवबिंदूस जिंदगानीत
क्षणात वेचशील तू माझ्या विरह वेदना
का? लावलीस रे जीव या परिमलास
प्रखरशील अन संपतील अस्तित्व
तेव्हास नको लावूस प्रीती..
एक विरह शोधताना ....!!

अंगणात

तुझ्या अंगणात सावलीचा साप
माझ्या अंगणात रोज मायबाप

तुझ्या अंगणात गाईचे वासरू
माझ्या अंगणात उदास पाखरू

तुझ्या अंगणात देवाचे देऊळ
माझ्या अंगणात मायेचे वारूळ

तुझ्या नशिबात भाग्याचे अंगण
माझ्या नशिबात अजून रांगण

निरागस

विझलेला कोळसा कोरडही पर्जन्य
माती ही जलपायी रागावली

उदास ढगांचे थेंबही ठिबकले
धर्म ही बाटला रक्ताच्या रंगात

रोपे ही उदासली
वर करुनी हात

मागणी करण्या जाऊ कोठे
बिन नावाचे लक्षण खोटे

मरतो मी शिक्का
गेले त्यांच्या कपाळाला बुक्का

मी

झेललो हसून सारे वार मी
घेतली नाही कधी माघार मी

मनातील वाढली जेव्हा गती
ऐकतो जेव्हा होकार मी

आपुली गती कधी जुळणार का
चंद्रमा तू आंधळा आधार मी

वेचली होती जिथे फुले
वेचतो तिथे अंधार मी

पर जेव्हा सूर्य ओसराया लागला
पोचलो जेव्हा नदीच्या किनारी मी

तुझ्या स्विकारलेल्या जीवनात
त्याचा ही तुझा नकार मी

जी कधीही छेडली नाही
त्याच विणेचा 'परिमल' मुका झंकार मी..

मानवता

थकलेल्या श्वासांनी यावे
जीवनातले नवनवे धुमारे

भविष्य नित्य दिसावे
भविष्य वेडे प्रकाश तारे

भूतकाळाच्या स्मृति सराव्या
भान उरावे निखळ आजचे

संकल्पाच्या सिध्दी मधुनी
शील घडावे भवितव्याचे

व्यथा मनीच्या विसरुनी जाव्या
घोर अंधश्रद्धा न उरावी

कर्तव्याशी करार करावा एक नवा
हीच मानवतेची बाग फुलावी

आठवणी

मोर पंखाची रेशीम गाठी
हवी हवीशी नेहमी याद
तुझ्या जीवनाची नजरेतली दाद

चोचीत चोच घालून गुमणारी
वेडी पाखरांची जोडी
अनुभवतोय मी पुन्हा ती गोडी

स्नान करताना बेभान अंगावरून
झुळझुळणारे अमोल पाणी
गान तुझ्याच स्पर्शाची अवखळ गाणी

मरण

जीव टांगला जातो
दमेकराच्या दम्यासारखा
वाघ ही कोंडला मेंढरासारखा

अन मन ही अश्याच वेळी
मरण ओढूनच नेतं
कोरड्या वाळवंटी जीवनात

माणूस असाच जळत असतो
अंधाऱ्या सारख्या खोल खोल जीवनात

एक सागर

एक सागर करुणेचा ....
ओघळणारा कृपा मेघ भक्तांसाठी
पण भक्ती..
बेवारस उभी वैराण यंत्रयुगात

एक सागर प्रीतीचा ....
उफाळणारा जलनिधी प्रेमिकांसाठी
पण प्रेमिक..
अनारस झिजलेल्या मंदिरात

एक सागर ज्ञानाचा ......
फेसळणारा पाणलोट शिष्यासाठी
पण शिष्य..
एकरूप गुरुसंगे सतकार्यात

मित्राचे भोजन ते स्वादिष्ट आहार
कोठेही जा असेल भ्रष्टाचार
अहोरात्र जपावा..
असा हा सागर ....

कुचंबणा

जाळतोय उस
पडतोय पाऊस
नळाची ही कूच
हे उमजेना ....!!

बुच उडतोय
ग्लासात बुडतोय
उदास बाटलीत
हे पाहवेना.. ....!!

आरसा झाकतोय
कापलेले तुझ नाक
मालकीची हाक
हे सहवेना ....!!

प्रिय

इतके प्रिय ही सल्य असे की
हृदयालाही करमेना

मोह त्याला असा लागला
नजरे आड ते राहवेना

मृदुल वाट ही इतकी प्यारी
वन काठाचे ते बुजवेना

चाफ्याचे फूल ही इतके न्यारे
रंगत त्याची वदवेना

अति सुखांची वस्त्रे मखमल
'परिमल' त्यांना विसरेना

मनातले

सांगू कसे तुला मी
माझ्या मनातले
नाते मला कळले
तुझ्या माझ्यातले

मला माहीत आहे
नाही मी पसंत तुला
माझे खोडकर वागणे
सांगावे परी एकदा तरी
काय आहे तुझे म्हणणे?

फिरायला हवी गाडी
जायला आवडते लांब लांब
तुला वाटते माझ्या घरात
आहे पैशांची खाण..

सांगू कसे तुला मी
माझ्या मनातले
नाते मला कळले
तुझ्या माझ्यातले

माझ्या भारत देशा

तुझ्या अनेक भाषा अनेक भुजा माझ्या भारत देशा..
अमर झाला तो रणांगणी देशापायी माझ्या भारत देशा..

जातपात धर्म टाकुनी मागे, उठला शूर शिपाई
देशासाठी शहिद झाला हिंदू, मुस्लिम, शीख, इसाई

माझ्या भारत देशा.. माझ्या भारत देशा..
चरणी सागर हृदयी गंगा शिरी हिमालय

लाख सिकंदर इंग्रज नेई आपुली माया
ठेविला लोकशाही एकात्मतेचा मजबूत पाया

माझ्या भारत देशा.. माझ्या भारत देशा..
कोठे जलमय नी भरून सरिता वाहती
कोठे भुवरी नुसते भू कणिका राहती
कोठे गोड गोंडसे शेतकऱ्यांचे सोने भुवरी नाचती
माझ्या भारत देशा .. माझ्या भारत देशा..

शत्रू डोळे वर करुनी पाही
एक जुटीने त्यांची राखरांगोळी पाडून उभी राही
गाथा लिहू सांडून रक्तांची शाही
माझ्या भारत देशा.. माझ्या भारत देशा..

दु:ख

पसरिले होतं केवढ खडकाळ
उदास गाणे गातोस पारवा

पडक्या वृक्षा बसूणी जपीत होतो प्रभुची माळ
नाही सुखद झटकाव हा गोड गारवा

दूरच एक दिन भूमिपुता
खिन्न मनाचा शोधीत नवकिरणा

दु:खाच्या पिंजरात कोंडीला पाखरा
ओसाड या उरल्या केवळ पाऊल खुणा

अशा वाटेवरी होती एक झोपडी
मन हे माझ त्यात राहती

नसता त्यांच्या ठायी एक दमडी
परी दिसादिसाला शेतात ती राबती

देवा तुझाच न्याय हा
अंधारल्या दिशा दाही

प्रभुरायची दृष्टी का नाही पडते
कसा असा तू दिन दलिता पाही

उदासमनी उडलीत पाखरे
उजळाव्या दाही दिशा

सुखावीत रे तुझी ही लेकरे
गुणगुणावित रे तुझी पाखरे

एक झाड

उभ होत एक झाड
म्हणे मजलाही माड
घाव घालूनिया कुऱ्हाड
माझी खुटवली वाढ

पर्ण सारी विखुरली
होती थोडी सावलीही गेली
कोण जाणे पावली
होतं सारं काही बसूणी गमावली

विहंगाचाही आसरा माझा
उखडून टाकीला सहधरा
जाहला तोही उदास पाखरा
शोधण्याची धडपड आपुल्या लेकरा

किती हा चालला अनर्थ
मानवा किती रे तुझा स्वार्थ
आई लेकराची करूनी ताटातुट केलीस व्यर्थ
परी प्रभु माझा आहेची अजून समर्थ

एक शब्द

एक शब्द असतो प्रेमाचा......
एकमेकांना जोडणाऱ्या मिलनाचा

नवे काय करण्याचा
प्रेमाचं नातं जपण्याचा

एक शब्द असतो आईचा .....
भरवीत घास प्रेमाच्या मायेचा

निर्मळ पाण्याशी शिकण्याच्या
संस्कारांना आकार देण्याचा

एक शब्द असतो गुरुजनांचा....
शब्दाना नवी ओळख देण्याचा

यशो शिखरी चढण्याचा
ज्ञान जगाचे घेण्याचा

एक शब्द असतो भार्याचा...
नवीन ते साध्य करण्याचा

पती वर मात करण्याचा
जीवनात सारे दु:ख सोसण्याचा

एक शब्द असतो एकात्मतेचा ....
समाज सारा उजळण्याचा

एक दिलानं लढण्याचा....
देशासाठी प्राण पणाने झटण्याचा....

आसवे

खोपट्यात पेटवित दिवा
हात नशिबाला जोडीत
अभंग म्हणता म्हणता
माय माझी असावे गाळते .. !

गेलं कष्ट करता करता
आयुष्य मातीत मिळते
तेल दिवटीचं संपलं
माय माझी असावे गाळते .. !

वाट दाविते उद्याची
रात उपाशी निजते
आई स्वप्न उराशी ठेवून
माय माझी असावे गाळते .. !

सारं उगता उगता
आठवणी भिजून आठवते
गरिबीच झेलीत ओझं
माय माझी असावे पुसते .. !

माझी आई

राम कृष्ण म्हण गोविंद गोपाळा...
आई माझी नसता सांग कोण देई झोपाळा ..

गाई वासरांना चरताना पाहिल्या होत्या
तुझ्या मायेने न भरवता मी अजून खतोय गोत्या

आई माझ्या जीवनाचा तू प्रकाशतारा
कश्याने असा तुटलास करुनी अंधार सारा

उभा घरच्या उंबरठ्यावर उभा गातोय तुझेच अभंग
प्रेम, माया, वात्सल्याने न मिळता झालोय अपंग

घास भरवीत मी पाहतो चिमण्याची जोडी
हयातीत असताना चिरंतक तुझीच रे गोडी

रोज गाळीत तुझ्यापुढती दु:ख माय मी माझे
तुझ्या आठवणीने अश्रुपुष्प मी वाहतोय मी माझे

आई माझा तू एक आधार आहे
तुझ्याविन बाकी सर्व काही अंध:कार आहे

जीवन माझे फुलवण्या सदा असती पाठी
संकट सारे हसत हसत गाठले तू माझ्यासाठी

माय मराठी

मुक्या प्रेमाची मुकी भावना
तरी कळ्याची फुले झाली
आणि माझ्या मायमराठीतून
प्रिय कविते तू उदयास आली
तुझ्याच संगे बागडतो

तरु हिरव्या वेलीसंगे
स्वप्ने मात्र अजूनही रंगे
शब्दासंगे परिचित झालो
फुलासंगे फुलाया लागलो
मायमराठी तुझ्या कृपेने
जगात या जगाया लागलो

नव्हती जान-पहचान
तूच दावले ही रमणी दुनिया
अन लेखनीने माझ्या
केलीस तूच ही किमया
ऋण तुझे मी फेडू कसे

तुझे माझे आई लेकराचे नाते
मायमराठी तुझ्या चरणी नतमस्तक मी
स्वप्न सारे तू माझे पूर्ण करते

जीवनधारा

जी गोष्ट आपली नसते...
त्यावर हक्क दाखवू नयेत ....

आपल्या आयुष्याची फुलं करून
दुसऱ्यावर उधळून देवू नयेत ...

आजची फुलं ही उद्याची निर्माल्य असतात
म्हणूनच ती अशी वाया घालवायची नसतात

मृगजळ हे मृगजळच असते
त्याची आस धरायची नसते

स्वप्न हे स्वप्नच असते
ते मनात ठेवायचे नसते

स्वप्नांचा फक्त पाठलाग करायचा असतो
पाहून फक्त विचार करायचा नसतो

नवे जुने

जुन्या वर्षाचं ओझं टाकून मागे
मी जात आहे नवीन वर्षाच्या वाटेने …
चला रे चला दोस्तांनो
करूया साजरा हर्ष नव्या आशेने ..

एक नवी आशा घेऊन
संकल्पनाचा ध्यास धरून
चला रे चला दोस्तांनो
करूया साजरा प्रवास नव्या दिशेने …

सरत्या वर्षा खूप दिलेस आम्हां
तुला आमचा प्रेमाचा अलविदा
चला रे चला दोस्तांनो
करूया साजरा प्रवास मावळत्या दिनाने …

जुन्या वर्षाचं ओझं टाकून मागे
मी जात आहे नवीन वर्षाच्या वाटेने..

स्वप्ने

सुख दु:खाना सारूनी मागे
स्वप्ने माझी वेचत गेलो...
आडवं येणाऱ्या अपयशाला
पायाखाली ठेचत गेलो...

किती दिवस ओझ्याखाली राहू
नव्या आशेचे नवे दिवस मोजत गेलो
बस झाले आता विरह वेदनेने
पाणावलेले नयन मी माझे पुसत गेलो

दु:ख तरी असते काय ?
सुखाची सावली सावरत गेलो
रडक्या मनाच्या भावनेला
पदोपदी माझे मी आवरत गेलो

सुख दु:खाला सारूनी मागे
मी पुन्हा जगत गेलो
आडवं येणाऱ्या अपयशाला
पायाखाली ठेचत गेलो...

व्यथा

टीमटीमत्या प्रकाशात यश माझं झाकलं होतं .. !
फुटक्या नशिबावर अपयश कसं खदाखदा हसलं होतं..!!

नाकारत होत्या दिशाही दाही.. नकोसा झालोय मी
विरह वेदना पाहून आभाळ ही दाटलं होतं ..!!

हे हमसख्या, किती रे अजून नशिबाला कोसु
पापणीतलं पाणी पापणीतच आटलं होतं ..!!

वेळेनुरूप सावल्याही बदलतात.. नात्यागोत्याचं काय सांगू
अडचणीच्या पायवाटेत माझ्यात अनंत दु:ख साठलं होतं ..!!

एकटेपणा.. मला हिमालयसमान वाटू लागलाय
नियतीनं मात्र बरोबर नेम साधलं होतं ..!!

आता मिच माझा जगतो आहे
सरत्या रात्री मला एकाकीपण भेटलं होतं ..!!

टीमटीमत्या प्रकाशात यश माझं झाकलं होतं
माझी विरह वेदना पाहून आभाळही दाटलं होतं ..!!

एकटं असल्याचा

मी एकटा असल्याच
अनंत या गर्दीत ही माझं अस्तित्व मिटलेलं नाही
माझ्या कवितेच्या ओंजळीत
ओलाव्याची जाणं कधी सुकलेली नाही

संसारी किती कोलाहल आहे
उगवे सूर्य कोणत्या दिशेला
असेल तुला- मलाही माहित
माझ्या अंतरी, तो कधी पाहुणा म्हणून आलेला नाही

मी एकटं असल्याच
दुःख मानू की
दहाही दिशांना माझ्या स्वातंत्रचं
धन्यवाद म्हणू

मान्य आहे मला मी एकटा असल्याच
आणि
तो सूर्य
तो चंद्र
तो आकाश
त्यांनी काय करायच आपल्या एकटपणाच
कोण आहे त्याच्या सोबतीला
माझ्या जवळ तर मला कवेत घेणारी
माझी कविता आहे
ती मला जगण्याची प्रेरणा देते
आणि मी फक्त देतो
शब्द विखूरलेली माळ
ती ओवत जाते
मी माळत जातो

मी कधी एकटा नव्हतोच मुळी
मला फक्त एकटं केलंय
अनंत शब्दांच्या दुनियेत वावरणारा
मी भाबडा
माझ्या प्रिय कवितेच्या दुनियेत
कोणत्याही अभिलाषेविना रमणारा
अस्तित्ववादी
समृद्ध शब्दांचा
धनी आहे...
त्या आकाशातला सूर्य चंद्रासारखा
अभिमानी...
मी एकटं असल्याचा
मला सार्थ अभिमान आहे

केसांना तूझ्या

बांधू नकोस ना सखे केसांना तुझ्या
करू दे स्पर्धा वाऱ्यांशी केसांना तुझ्या

किती लपवशील बटेत चेहरा सौंदर्याचा
एकाच नजरेसाठी बाजूला सारशील ना तू केसांना तुझ्या

नको लपवूस सखे तुझे रूपचांदणे प्रीतींचे
खांद्यावर माझ्या रुळायला सांगशील तू केसांना तुझ्या

करतात सखे आजही पराजीत प्रीत पवनाला
आभास नसावा सखे माझ्या प्रेमाचा केसांना तुझ्या

ठेव मोकळे स्वच्छंदी उडू दे अनंत लहरीत
नसावी भीती कोणाची सखे केसांना तुझ्या

बांधू नकोस ना सखे केसांना तुझ्या
करू दे स्पर्धा वाऱ्यांशी केसांना तुझ्या

हा गजरा

पाहुनी तुझे रूप सौंदर्य बघ कसा भाळतो हा गजरा
वर्णन करावे कैसे तुझे मी बघ कसा जाळतो हा गजरा

रेखीव प्रेममुद्रिका म्हणू की स्वप्न नर्तिका तुझं
मंद सुगंधित संगीताने बघ कसा बहरतो हा गजरा

सखे तू स्वप्न बनून येऊ नकोस माझ्या जीवनात
तुझ्या माझ्या मिलनाची पैज बघ कसा लावतो हा गजरा

प्रश्न मलाही पडतो सखे तू आहे तरी कोण माझी
चरणी अर्पिता की मुकुटी बघ कसा शोभतो हा गजरा

फक्त एकाच नजरेने पतित पावन झालो या जन्मी
तुझ्या वचनाशी एकनिष्ठ बघ कसा बांधतो हा गजरा

पाहुनी सखे रूप तुझे बघ कसा भाळतो हा गजरा
अन माझ्या 'परिमल'ला बघ कसा जाळतो हा गजरा

नातं

त्यांचे रडणारे आत्मे.....
पुन्हा पुन्हा ठोठावत राहिले,....
एकमेकांच्या नसात रक्त झाले...,.
किती रडले ते त्यांच्या डोळ्यातून
एक थेंबही ओघळू शकले नाही....,
शेकडो किलोमीटरचे अंतर असूनही ते....
दोघेही झुरत राहिले......प्रत्येक आवाजात एकमेकांचा.....
गुलाबी गारव्यात आणि कडक उन्हातही ......
न संपनाऱ्या रस्त्यावर......
अस्तित्वाच्या प्रेमखुणा....
त्याने कोणतेही वचन दिले नाही......
तिने कोणताही प्रण दिला नाही...
तरीही............
ते फक्त वाट पाहत राहिले.....
आठवणींची कल्पना करत हसत राहिले.
त्यांना प्रेमत्वाची सवय झाली.....
न भेटणारे राधा कृष्ण झाले...
हे माहीत असूनही एकमेकांना...
दोघांनाही पूर्ण विश्वास होता.....
काळ आणि परिस्थितीनुसार.....
प्रेमाचे रूप बदलू शकते.....
पण हृदय कधीच बदलणार नाही....
पक्क असेल ना ध्येय
पण हृदय कधीच बदलणार नाही...

सरत्या वर्षा

ऐक हे सरत्या, वर्षा
माझ्या उरलेल्या क्षणांमध्ये,
माझ्या आठवणींचा काही भाग
तुझ्याबरोबर घेऊन जा....
जेणेकरून मी...
तुझ्यात गुंतलेलं
माझे हृदय रिकामे करू शकेन.....
अस्वस्थ आठवणीचा उजाळा
आता नकोसा झालाय.....
आणि सरल्या वर्षाचे दुःख झटकावावंस ठरवलंय.....
म्हणूनच मीपणाचा बाज आज उतरवत आहे.....
नकोत आता ते दिवस
एक नवं आयुष्य घेऊन पुन्हा मी लढत आहे.....
पुन्हा मी लढत आहे.....

नववर्ष

वेळेच्या गाभाऱ्यातून......
एक फूल गळून पडले......

प्रत्येक वेळेप्रमाणे......
हे वर्षही निघून गेले......

काही स्वप्ने तुटली....
काही वास्तवात बदलत गेले ......

काही चेहऱ्यांनी मनात घर केलं....
काही मनातून उतरून गेले ......

नव वर्षाचे संकल्प करून ....
स्वप्न नवे घेऊन आले....

पुन्हा काही नवीन कथा.....
आयुष्यात रंगल्या जातील....

नववर्ष सर्वांना सुखाचे जावो...
ही "परिमल"कामना पूर्ण होवो....

बाप

काळाची चाके कशी फिरू लागली उमजता उमजले नाही
भयभीत मी या अंधारी, मार्ग मिळता मिळाला नाही....I
आयुष्याच्या या गोलाकारात शोधता शोधता थकलो मी
जगण्याचा कोपरा मात्र अजूनही सापडता सापडला नाही...II

सारेच हट्ट पुरवून माझे, स्वत: मात्र कधीच हसला नाही
कष्टाच्या संपल्या दिशाही दाही, तू कधी थांबला नाही...I
येतास वेळ वाटणीच्या ओझ्याची, अगंतुक माघार माझी,
तुझ्यासारखा लळा, माझ्या अंतरी कधी दाटता दाटला नाही....II

किती केल्यास तडजोडी, त्याचे गणित मांडता येत नाही
जबाबदऱ्याच्या ओझ्याखाली, पोर्णिमेचा चंद्र होता आले नाही....I
माझ्या आयुष्यात सूर्यासारखे तेजोमय यश मिळावे म्हणून तू
तो भाकरीचा चटकोर चंद्र, नाशिबाशी जुळता जुळवता आला नाही....II

भयाण या अंधारी, वट वृक्षांसारखा बाप स्वतासाठी जगला नाही
सदैव चरणी ठेवून माथा,तुझ्या कष्टाचे कर्ज, मी फितू शकत नाही....I
आयुष्य घडविणाऱ्या शिल्पकाराचे उपकार कसे फेडावे 'परिमल'
तू बाप आहेस बाप..मला तुझ्यासारखा बाप होता येणार नाही......II

FAMILY TREE

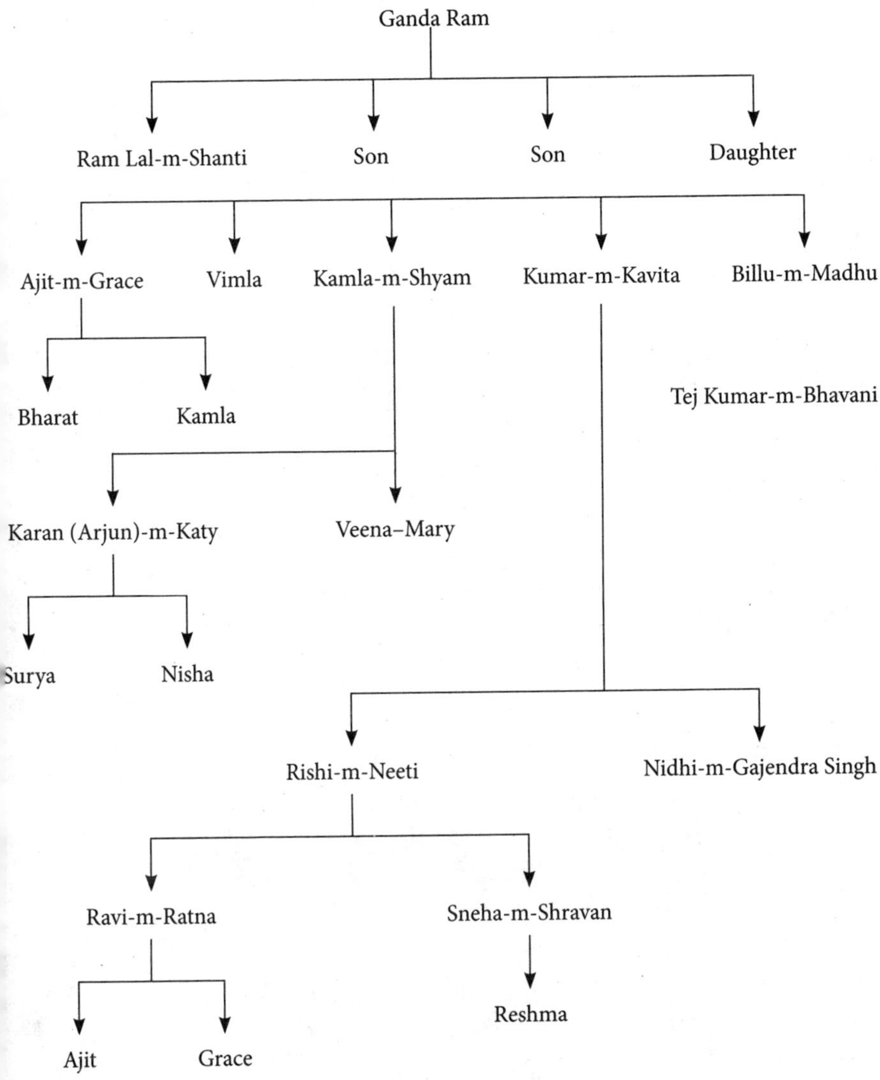

Other Characters

Hameed, Kamal, Kamini, Ken, Aren, Sushil Kumar, Ramesh, Shekhar Kumar, Siva Rao

I

Kumar lay in his bed under a sheet, feeling feverish and cold. His entire life spooled through his mind frame by frame.

His father, Ram Lal Khanna was a prosperous businessman of Lahore. He owned a 200–acre plot of land about 20 km west of Lahore and developed it into a prosperous farm. It grew a variety of crops, which from a distance looked like a huge multicoloured carpet, and supplied all the needs of the family from cereals to vegetables, fruits, and milk. It also housed a stud farm. A good part of the farm was used for exercising the horses. Ram Lal was fond of races and his steeds generally won on the track. Apart from the race horses, there were horses for children's rides, draft horses for pulling tongas, and a buggy. There was a small medical dispensary for emergencies. And a resident vet for the four-legged denizens of the farm also stayed on the premises.

There were two football and hockey fields besides one tennis and two badminton courts. Amidst various standing and cut crops and irrigation channels, fences and horses, children loved to play games including 'Hide and Seek,' 'Thief and Police,' 'Gulli Danda,' and 'Kabbadi.' Cricket had not yet become popular in India.

About 100 workers permanently stayed there in a separate colony. A small school catered to the education of their children.

It was open for the neighbourhood children as well, offering free education. The Khanna family generally spent their weekends in the farm. Ram Lal entertained his friends and bigwigs of the government, including important British families at the farm. During the long summer holidays in schools, children and their favoured friends landed there in hordes. A teacher was on duty to help them with their homework. Gurkha ex-servicemen and trained hounds guarded the vast estate.

During the fruit harvest season his wife Shanti sent baskets of fruits to all their relatives and friends. Mangoes from the Khanna Farm were considered equal to if not better than the Alphonsos of Mumbai. Specially packed crates were sent to the governor and chosen civil, police and military officers. In return, Ram Lal was always invited to the governor's annual christmas party, and occasional receptions. For these special occasions Shanti too accompanied him. She could carry on a reasonable conversation in English.

Ram Lal was a gourmet with deep interest in books and music. He never went to bed without spending some time reading a book or magazine. He had two good libraries—one in his house and the other at the farm. It was a popular saying in Lahore that if you did not find a book in any library, go to Khanna's house. He let poor students visit and study at his city library.

After developing the farm, Ram Lal forayed into business. He was able to get several dealerships of a variety of machines and their spare parts which were imported at that time. In course of time, Ram Lal built an amalgam of dealerships and realty under the name of East–West Industries. He helped his younger siblings set up a separate unit for each of them. He then pushed them to be on their own. Two of his brothers moved out of Lahore and settled down in Mumbai. His sister was married into a rich family of Delhi. Her family later migrated to Canada and there was hardly any communication between them.

Ram Lal built a mansion for his own family in a new colony called Krishan Nagar. Every Hindu of note lived there. In the city, he owned a cinema house which was located at a most unlikely place for a Hindu businessman. Bhati Gate was a Muslim-dominated area. Once, when a bank was auctioning the cinema house to recover its dues from a delinquent debtor, one of Ram Lal's trusted Muslim employees happened to be there. Noticing that the price was not picking up, he put in a bid on behalf of his master without his knowledge. Ram Lal patted him for his business acumen and as a reward appointed him as manager of the cinema house. It generally showed historical and social movies based on Islamic themes. Sometimes it screened English movies too. They were always a big draw and soon the cinema house became a cash cow for him. It had a box reserved for his family or their guests.

Khanna donated liberally to the Viceroy's Fund. As a result, he was appointed a contractor for military supplies. From that position, he graduated into a realtor. His name was also proposed by the government for the conferment of a title, which he politely declined. It would have damaged his standing with the Congress party to which he secretly made large donations. Though he had declined the title, people addressed him as Rai Sab, or Rai Saheb. He was well known for his philanthropy and was chair of the governing bodies of several schools and colleges.

Ram Lal always wore a salwar-suit in which, standing six feet tall, he cut a fine figure. He was man of strict principles and inculcated the same spirit in his children. His eldest son, Ajit Kumar was sent to America for higher studies in 1945. The next, a daughter, named Vimla was married early, in response to an irresistible offer made by a leading family of Lahore. After that she went with her husband to California, where she died.

Kamla was the next daughter, her pet name was Kammo. She was studying in the second year of the Kinnaird College for Women. About three years younger than her was a boy called Kumar, who was in the last year of his high school. He had appeared for a qualifying exam to go to England for higher studies.

***

All this Kumar knew as part of a living reality.

What he had not seen were the stories narrated by his parents, relatives and friends about the initial struggle that Ram Lal and Shanti had undergone to reach a position which Kammo and Kumar took for granted. Only the two eldest children, Ajit and Vimla had seen a glimpse of the transition from a modest living to a life of affluence.

***

Ram Lal's father, Ganda Ram had fought as a subedar in the British army in France during the First World War of 1914–1918. There he captured a crucial enemy position exhibiting rare courage for which he was awarded a Military Cross. On discharge from the army after the War, the government allotted him a 100-acre plot of irrigated land near Lahore as a reward for his loyalty to the British Empire.

Ganda Ram was so proud of his medal that he always wore it whenever he went out. However, he did not realize the value of the land. Often he let out bits and parcels of his estate on annual rent to different parties, which fetched him enough income for his modest living. He had two sons and a daughter. Ram Lal was the eldest. His siblings were much younger than him, having been born after the First World War. Ram Lal was married when he had just finished his schooling. However, he continued his studies and graduated in agriculture engineering. His wife Shanti was a comely but steely woman and had studied up to high school.

After finishing his studies, Ram Lal wanted to make better use of his father's lands than just remain a rentier. Ganda Ram was a mild-mannered man and an indulgent father. He let Ram Lal do whatever he wanted, provided his income did not suffer. As luck would have it, Ganda Ram died suddenly without any sign of illness when he was merely forty. The entire burden of supporting his family fell on Ram Lal and Shanti's young shoulders.

Ram Lal stopped his father's practice of handing out parcels of the land on annual rent. Instead, he decided to do his own farming. While some of his father's tenants returned their portions quietly, others refused to vacate claiming that the plots were sold to them by Ganda Ram. When Ram Lal asked them to show the sale deed, they told him he was nobody to ask for any document. The only way was to file cases against them in law courts and he got ready to do so. At that point Shanti stepped in and advised that going to courts was not a good idea. The cases would drag on for years without any decision and when the judgement came in his favour, the affected parties would go on appeal to higher courts. She said her own father had died awaiting judgment in a case he had filed in his youth. 'My brother changed the strategy. He made friends in officialdom and got his dues from his contacts through the influence of his officer-friends.' It would be better, she advised, to develop friendship with the local police and magistracy and get their help to oust the encroachers. The sound counsel appealed to Ram Lal, and Shanti went up in his esteem.

He became friendly with the local officials and created occasions to invite them. His birthday, wedding anniversary and festivals which were earlier celebrated privately became plausible reasons for inviting friend and officials. He also started donating to charities in a small but conspicuous manner.

One day the local inspector of police came to him to ask for a loan of Rs. 10,000 for the wedding of his daughter. 'You know how an honest officer can't meet the demands for dowry of the groom's wretched parents. Now I realize why people don't want daughters.'

'You are right,' said Ram Lal, 'I understand your position but right now I don't have much cash with me. Can you come the day after tomorrow? By then I will try to raise the amount.'

Ram Lal had the cash at home but he did not want it to appear so easy for the borrower. He wanted to drive home to the officer that he would be making special efforts to oblige him. The delay was a deliberate strategy to deepen the borrower's sense of obligation. Two days later, Ram Lal handed the bundle of notes and offered him his best wishes. He insisted that the inspector count the notes. 'I am not very good at counting notes. Please make sure that the amount is correct.'

The officer said there was no need to do so. He trusted Ram Lal. The latter said, 'These days, one does not know. And then there can always be a mistake.' With a smile he added, 'there might be more than the amount you asked for!'

'If you insist,' said the borrower bashfully and started counting the notes. 'Correct,10,000,' he beamed and thanking Ram Lal, added, 'I am greatly obliged for this crucial help. I shall never forget that. And I will return the amount as soon as possible.'

'No mention,' said Ram Lal, 'It is a sacred duty to participate in a neighbour's daughter's marriage. I am so glad I could be of some help to you.'

The longer he stayed at Ram Lal's house, the more he sank under Ram Lal's obligation. Before he could go, Shanti appeared from behind the curtain with a tray of tea and some biscuits and insisted he have some before he left. Finally, when he was able to heave himself up from the mire of his indebtedness, he said to Ram Lal, 'Please don't hesitate to tell me if I can be of any service to you any time.' These were the words Ram Lal was waiting to hear from the police officer before he let him go. At the wedding, Ram Lal was specially introduced to the district superintendent of police and other important officials.

A month after the wedding, Ram Lal casually dropped in at the inspector's house and mentioned to him his problem with his father's tenants who were not vacating their land parcels. 'I wanted to file cases in courts, but you know how our courts are.'

'Forget these courts, my friend. Give me 10 days or so. I shall make the rascals fall at your feet.' One summons to the police station by the inspector's assistant was enough to demoralize them. They were all called one by one and kept waiting for the whole day before his assistant asked why they were not vacating the land which belonged to Ram Lal. They said with an air of confidence that they had bought it from Ganda Ram. 'Bring the sale deeds,' thundered the sub-inspector, 'tomorrow morning.'

They were made to cool their heels at the police station till late in the evening. They were famished, but nobody took notice of their existence. At about dusk when the night duty-head constable came in, he asked them why they were there. When they told him, he told them casually that the sub-inspector would come only the next day.

Separately, the inspector advised Ram Lal to call on the superintendent of police. 'Just apprise him about your case and request him for help. Those rascals are bound to meet him and complain about their harassment by us. It would be good if he has the proper background.' Ram Lal followed the advice. The SP summoned the inspector and told him to look into Ram Lal's case. That pre-empted the encroachers from approaching any higher official.

On the third day, the sub-inspector warned the delinquent parties that they would be kept in the lock-up for the night unless they settled the case with Ram Lal. They asked for a day's time and were allowed to leave. They approached the SP and complained against the inspector and his lackeys. He shooed them away warning them that they would be arrested if they did not restore the possession of the land to Ram Lal by the next day.

From there they made straight for Ram Lal's house and offered a compromise: 'Pay us for the improvements of the land made by us and for the standing crop, and take away your land.' The deal was settled. Ram Lal's men took possession of all his inherited land blocks. He agreed to compensate them in three equated half-yearly installments.

The inspector never paid the loan. Ram Lal too did not remind him. He treated it as the price of learning a very important lesson in his life. He turned it into the cardinal rule of his business, and life: establish and nurture deep, abiding relationships.

Thereafter, he set down diligently to develop his estate. He applied the knowledge of modern agricultural practices that he had acquired in the college to improve his farm. It was tough going but he was ambitious and hardworking and Shanti stood by him as a rock. He treated his agricultural labourers humanely, often eating along with them under some shady trees by the side of the canal flowing close to the boundary of his land. In five years, his hard work began to show results and he started earning enough income to bring up, educate and marry off his siblings.

***

Ram Lal had two sons and two daughters. Only two of eldest children, Ajit and Vimla had seen a glimpse of Ram Lal's transition from early days of hardship to a life of comparative ease.

In the next half-decade, he gradually started buying parcels of land belonging to other rentiers and thus doubled his holdings. That made him the biggest landlord in the district. He was the first to volunteer for any experiment in farming which the government officials suggested. His farm soon became a model for the agriculture department. Some other absentee landlords also followed his example and became better off.

***

Kamla and Kumar relished the stories of the early struggle that Ram Lal and Shanti had gone through to achieve prosperity and renown in the province. The inspiring stories of their parents' combined vision, hard work, courage and fortitude were exemplary. Shanti's shrewdness to take some crucial decision was part of the epic legacy of which they felt proud.

Ram Lal added the surname Khanna to his name to underline the fact that he was no upstart but came from a good family background.

***

By the 1930s India's freedom movement had gradually spread and the country was astir with agitations. The leaders of the movement were frequently imprisoned, which only served to intensify the movement. The Second World War lasted for six years. However, there was no abatement in the movement. At the end of the war in 1945, the British government declared that it would grant independence to India. The only problem was the demand for Pakistan—a separate state for Muslims which entailed partition of the country.

This created tension between Muslims on the one side, and Hindus and Sikhs on the other. By the end of 1946, things began to heat up. While shouting at processions became a regular feature of life, communal violence started erupting here and there.

One Sunday in early August of 1947, the Khanna family, on an impulse, decided to see a movie. It was a historical film about the Mughal Emperor Akbar and his son Salim who had rebelled against his father. It was running in the cinema owned by the family. While everybody got ready to go, Kamla said she had some important homework to do and stayed behind at home in the care of the trusted old maid, Lajo.

The film was building up to a climax of the battle between the two armies. At the tense moment of decisive combat, came the interval. While the general audience went out for refreshment, a liveried employee brought a tray of snacks and tea for the family in their special box.

After the interval, the battle between the emperor and his son resumed. There was a general din of screaming, shouting, neighing horses, grunting elephants and canon fire. The battle ended with the surrender of the prince. But strangely, the din of shouting and shrieking continued. Along with that there was thumping on the doors of the cinema hall. It took the audience some time to realise that the continuing din was not part of the film. Suddenly, the projector went off. The shouting mob forcibly opened some of the doors. Barging in, they shouted for Muslims to come out. A large number got up and rushed out. As soon as they cleared out, the mob started chanting: 'Allaho Akbar' and 'Kill the kafirs! Kill the kafirs!' The manager came rushing to the box and whispered something into Ram Lal's ear. The family quickly got up and followed the manager through the covered passage of the bridge which connected the gallery to the manager's office.

The slogans grew shriller and the cinema was set on fire. The smoke began to enter the manager's office through the creaks of the closed doors of the room. The manager hurriedly opened the safe in his office into which the day's earnings were deposited. With a quick sweep of his hand, he shoved notes and coins into a bag and handing it over to Ram Lal, said, 'Sir, your car is in the back street. Please get into it. It will take you to my house.'

'Why not to *our* house?'

'It is not safe. Riots have broken out in the city. Curfew has been imposed. I have informed the police.'

'Simpson Saab?' asked Khanna.

'Yes sir. The message has been conveyed to him.'

Bringing them to his house, the manager apologised for his humble abode. He had sent his family hurriedly away to his wife's parents in order to accommodate Ram Lal's family. A servant bought some tea and biscuits. Khanna and his wife waved the tray aside. Kumar took a biscuit and a cup of tea.

Ram Lal kept on repeating impatiently, 'Take us to our house. My daughter is there!'

The manager said, 'Sir, it not possible to go to Krishan Nagar under curfew. Only the police can take you there.'

'Simpson Saab,' repeated Khanna.

'Yes sir, Simpson Saab has been informed about you.'

That did not satisfy Khanna. 'Get me the phone, I will talk to him.' The manager picked up the receiver of the phone. It had gone dead. 'Sir, this phone is dead. But rest assured that Simpson Saab has got the message. His duty sergeant told me to keep you here till help can be sent.'

Ram Lal was sweating nervously. Shanti started wailing, 'My Kammo! Oh God, save her from any harm.' Seeing her cry, Kumar also started weeping. Ram Lal tried to comfort them and said, 'Patience. Simpson Saab will certainly help.' He himself paced the room up and down nervously. After some time, he sat down on the bed holding the bar of the bedstead with both hands.

***

Ram Lal's mind went back to that fateful day four years ago.

It was at the height of the 'Quit India' Movement of 1942. All the top leaders of the Congress, including Gandhi were in jail. Angry Indians had risen against the British. Every white man was a target of attack by mobs rampaging in various parts of the country.

A British police officer was on his way from the office to his residence. His car was surrounded by an aggressive '*Inquilab*' slogan-shouting mob. They started thumping the windows of the car menacingly. 'Kill him,' somebody shouted and the current passed through the mob.

Ram Lal was on his way to a meeting of the Congress Party and noticed the procession. His driver told him that it was a

Congress mob surrounding the car and shouting '*mar do*'—kill him. Ram Lal asked him to drive to the scene of action. Reaching there, Ram Lal came out of the car and walked confidently towards the encircled car. Some of the leaders of the mob recognized him and made way for him. Ram Lal peeped through the glass window of the car and recognized the terrified person in the car. He was Simpson, superintendent of police of Lahore West. He was on friendly terms with him and had been his guest at some of his parties at the farm.

He gave Simpson a smile of reassurance, and turning towards the people around him asked in a loud voice, 'What are you doing?'

'Kill him,' someone shouted defiantly.

'Stop!' Ram Lal thundered authoritatively, 'Do you know who he is? He is our friend, Simpson Saab. The same Saab who helped our leader Jai Prakash Narayan escape from the Lahore Fort prison.' The name rang a collective bell. He had been mentioned widely in newspaper for his laxity which enabled the young revolutionary leader to escape. He had earned a censure from the government for that but later it was expunged. The slogan of '*Angrez Murdabad*' stopped immediately. But the crowd was in a mood to shout. A murmur ran through the mob. Then someone shouted, 'Simpson Saab' and the mob responded with 'Zindabad!' The stream was reversed.

Ram Lal opened the door of the car, and sitting next to Simpson, asked the driver to start. His car followed behind. They drove past the cheering crowd. Khanna deposited Simpson at his bungalow and declining his offer of a cup of tea, came out. He apologized to Simpson, 'Some other time Saab. I am already late.'

'For a Congress Party meeting?' a relieved Simpson joked.

'Yes indeed. I'll have some explaining to do there!'

'Thank You, Rai Saheb for saving my life,' said Simpson, 'call me any time you need anything I can do.'

'Indeed,' said Ram Lal and sped away in his car.

***

Now, thought Ram Lal, the occasion had arisen for Simpson to repay his debt. 'Let us see,' Ram Lal muttered to himself.

Shanti was still in tears. She kept on invoking God's help. 'We have never done any harm to anyone. *Hey Bhagwan,* help us.'

The manager's servant came rushing in. 'A *gora* saab—a white man—wants to see Rai Saab.' Ram Lal came out. The British sergeant saluted him and said, 'Mr Simpson has requested you to come with me.'

'With family?'

'You alone, Sir,' said the sergeant as he opened the door of the car with a red beacon.

'I would first like to visit my house,' said Ram Lal. 'Mr Simpson will arrange that after you meet him.'

Simpson got up to receive Khanna and as they shook hands, he said, 'Mr Khanna, I am very sorry about what has happened to you.'

Khanna said impatiently, 'I want to visit my house.'

'Please bear with me. We are arranging that.'

'My daughter is there. Is there any way of contacting her?'

'Oh,' Simpson said with a shock. 'I didn't know that.'

Simpson spread out his hands on the table, palms down, and then joined them in a heart-shaped triangle.

'Mr Khanna,' he said, 'there has been a terrible riot in the city. You must be prepared for bad news.'

'My daughter,' Khanna whimpered as if her life was in Simpson's hands.

'Let us go there,' said Simpson.

As the car sped forward, Ram Lal noticed some houses half-burnt, still smouldering. The car stopped in front of a colony. Ram Lal asked in a daze, 'Where is Krishan Nagar?'

'In front of you, my friend.'

'I can't see my house,' he moaned.

Simpson asked the driver to go further into the street. The car stopped in front of a heap of smouldering debris. Only some masonry and steel work had withstood the fire. A dazed Ram Lal fell into Simpson's arms. He did not utter a word. Simpson helped him back to the car. Ram Lal slumped on the seat. Simpson felt alarmed at Ram Lal's condition and feared that he might have a heart attack. He sprinkled some water on his face and made him take a few sips from the tumbler. Simpson's orderly turned back from the front seat, quickly opened a flask, and poured some tea into a mug and offered it to Ram Lal.

Simpson tried to comfort him, 'Rai Saheb, be brave.'

Ram Lal sat there struck dumb. After a while, he took a draught of tea and wiped the perspiration from his forehead.

'We are ruined, Simpson Saab. I don't know if Shanti will be able to take this.'

'We will go to the Camp where all the rescued women and girls have been lodged.'

The lady in charge of the Camp was polite. She opened her register and checked the entries. There was no Kamla in the list. A shaken Ram Lal asked if he could go to the hall where all women were collected.

'Please go ahead and satisfy yourself.'

As Khanna entered the hall, he shouted: 'Kamla!'

No one responded. He walked through the hall checking every nook and corner. Ram Lal said he would like to check at the offices of the Arya Samaj and Congress Party. They must have rescued many people. Both the offices were largely deserted. The volunteers told him that some members were killed and many had left the city. They were not of much help about any information about Kamla's whereabouts.

The Arya Samaj had arranged its volunteers to render whatever help they could provide to Hindus and Sikhs including help to those who wanted to go to safer places in East Punjab. Khanna noticed that both the organizations had lost their morale. He also visited the Sikh community's rescue home and but drew a blank there.

He looked blankly at Simpson's face. Simpson said, 'I'll take you to the manager's house now. Tomorrow morning, I'll shift you to a better place.'

Ram Lal did not respond. Simpson dropped him at the manager's house. As he entered, he broke down and crashed into sofa. Shanti rushed to him nervously and cried, 'Where is my Kamla?'

Ram Lal took Shanti in his embrace and spoke as if from deep down a well. 'We are ruined. No trace of Kamla. Nothing left of the house.'

'I'll will go and look for Kamla everywhere,' she said.

'She is not in any rescue home. There is no neighbourhood left to enquire about her.' Ram Lal, Shanti and Kumar sat in a knot and cried.

Next morning a group of boys gathered in the street and started shouting slogans and belabouring the manager for giving shelter to kafirs. The police van came just in time to take the Khanna family away. They were taken to the police lines. Simpson and his wife were waiting for them at the Police Guest House.

'You will stay here as long as is necessary. Treat it as your own home,' Simpson said and added, 'I'll see you later in the evening. Meanwhile Jane will look after you as best as she can.'

They sat there without responding. Ram Lal Khanna, the tycoon, the patron of many institutions was reduced to a destitute all of a sudden. But no, he consoled himself, he had his car which the manager had brought to him at the guest house along with the driver. He had his bank account. He would rise from his ashes. Only Kamla was gone. Nothing could make up for her loss.

Jane sat down trying to comfort them. 'I hope we will be able to trace Kamla. Everything will be sorted out.' Ram Lal sat detached from the women, deep in thought; some bits of Jane's words wafting on to him nevertheless. They were soothing. Shanti sat sobbing listening to Jane distractedly. She kept on weeping and repeating 'My Kammo,' 'My life. What shall I do without her?' Jane hugged her and massaged her back gently, trying to stop her from sobbing.

A servant came with pajamas for Ram Lal and Kumar, and a night gown for Shanti. He was followed by a tailor and a salesman from the local emporium. Jane asked them to select the cloth from which some clothes could be stitched for them. The tailor took their measurements. Simpson came late in the evening and both Jane and he joined Ram Lal's family for dinner. He said, 'It would take a day or so more for the situation to become normal.'

Ram Lal said, 'We must go to our house to see if there are any signs of Kamla there.' Simpson said the burnt remains would cool down by the next morning and he would arrange for their visit as early as possible.

Neither Ram Lal nor Shanti could sleep a wink. Shanti kept on sobbing while Ram Lal held her body close to him. Next morning the family went to Krishan Nagar. Shanti and Kumar cried when they saw the smouldering ruin of their mansion. They scraped and scooped out ashes as people do in crematorium for collecting bones of the deceased. Suddenly, Kumar saw a broken skull and shouted, 'Here! A skull piece.' Ram Lal held the skull in his hand and asked Kumar to concentrate his search around that point. Soon they were able to collect a bagful of small bones.

They took the bag to the office of Arya Samaj where they performed a *havan* and pooja. A priest read from the scriptures and everybody prayed for the peace of Kamla's soul. From there they went to the River Ravi and gently put the bag of bones in the river. Shanti wailed as the bag floated away from them.

At the guest house, Ram Lal and Shanti discussed the next plan of action. There was a strong belief amongst the Hindus and Sikhs that Lahore would go to India. Everything depended on that. The verdict would be known three days later.

Ram Lal went to the Mercantile Bank where he had an account and asked for one lakh rupees. He had never visited it before. One of his managers looked after his financial matters. Ram Lal only signed cheques, drafts and bank orders. There was a lot of cash in the house but all that had been reduced to ash. The bank manager was not there. The clerk in charge of the cash counter had never seen Ram Lal but knew him by name.When Ram Lal introduced himself, he got up and offered him a chair. The clerk then told him that they were short of money and he could give him only Rs 10,000. Ram Lal protested but had to accept the new rule. He also filled in a slip for transferring his account to the branch of the same bank in Delhi. Again, he was told that no transfer of money was allowed till further orders. Ram Lal left his slip with the clerk to take necessary action after the new instructions were received by him. He returned a frustrated, angry man.

Simpson arranged for him to visit his farm. The situation might be better for them to shift there. He was not allowed by the new guards to enter his property. Someone named Khan Saheb had taken it over. He knew the man. He was Ram Lal's neighbour and very jealous of him. When he asked to see him, he was told that he had gone to the city. Ram Lal returned heart-broken in the evening and told Shanti that the prospect of their staying on in Lahore did not seem good. His farm had been taken over, his house and the cinema had been gutted. 'Bloody bastards,' he mumbled. Shanti's sobbing returned.

Simpson told Ram Lal that the intelligence was that Lahore would go to Pakistan. However, they could wait for the official announcement. When on 16 August 1947, the boundaries of the two countries were announced, Lahore went to Pakistan. Celebrations broke out amongst Muslims along with an orgy of rioting and killing of Hindus and Sikhs. All hope was lost.

After a hurried discussion Ram Lal and Shanti decided that the best thing for them would be to leave Lahore and go away to India.

'But where?' asked Shanti.

'Once you are driven away from your home, the whole world becomes your home,' said Ram Lal. They decided to leave the next day. Ram Lal asked the driver to go and get the car serviced and to fill the petrol tank. It did not take them long to pack up their meagre belongings—all that Simpson had given them—one steel trunk and two bed rolls. Simpson also gave him Rs 10,000 as a token, as he put it. Ram Lal demurred but Simpson persisted. 'It is nothing for you but you will need every penny.' Ram Lal gave him a cheque for the amount. As a police officer he would be able to get the amount which Khanna could not.

The driver did not return in the evening. Must have been delayed, thought Ram Lal. He did not show up the next morning either. After waiting till noon, Ram Lal rang up the manager of his cinema. He came on his motorbike and informed the driver was not reporting to him. He was coming directly every day to Ram Lal. The manager went to the service station where the supervisor of the workshop told him that they had finished the job on the car by seven the previous evening and the driver had left after that. He went to the driver's house and found the house locked. The neighbours said he had loaded his belongings in a car and had driven away.

The driver had obviously betrayed his master. Simpson had a wireless message sent to all districts giving the car number and name of the driver. Obviously, it would take time to track the driver, particularly when the whole police force in the province was engaged in controlling riots and communal flare-ups.

The Khanna family waited for two more days. Finally, they decided that it was useless to wait any longer. Ram Lal went to the Railway Station to get a booking. The ticket clerk laughed and said the whole station is full of refugees from all over. 'It is a chaotic situation. If you can manage to get in any compartment, good luck to you.' Simpson suggested that going by bus to Amritsar might be better. From there they could take a train. The bus station was no better. People were sitting on rooftop of buses. Ram Lal came back utterly broken.

Simpson comforted him by offering to have them dropped at Amritsar in a police van. The road was full of traffic—going out of Lahore and coming into it. On both sides of the road there was an unending procession of men, women and children. Hindus and

Sikhs were leaving Lahore and Muslims were coming into it. They were weary and were carrying all their possessions with them. Most people were on feet carrying bundles and some even their loaded string cots on their heads. Less unfortunate people were travelling in bullock carts. Ram Lal looked out from the window of the van and drew some solace from them. He broke his silence after a long time and said to Shanti, 'We are still rich. Look at them. They are trudging their way while we are going in a van.'

'Thank God for small mercies,' Shanti sighed, 'if only dear Kammo were not taken away from us! We can make up for everything else.'

The van made its way through thick, motley traffic. As it crawled across the border, the driver asked Ram Lal where they would like to be dropped.

All this while Ram Lal and Shanti had only been making up their mind. They knew no one in Amritsar, or hardly anyone in the Indian part of Punjab. Delhi was the place to go. Ram Lal's address book was also burnt alongwith his house. Nobody remembered any address of any one in India. 'If only Vimla was in Delhi,' Shanti said to no one in particular. 'She is not even in this world,' replied Ram Lal, 'It is all the play of our *kismet*.'

They got down at the Amritsar railway station. There was chaos there too with refugees flooding in train after train. The district administration had decided to receive and transport them to different refugee camps.

A volunteer asked the family where they were headed. Ram Lal replied they wanted to go to Delhi. The train to Delhi would leave at 2 pm. If they liked they could eat at the free kitchen run by a voluntary group and then occupy their seats wherever they found them.

***

II

The scene at the Delhi Railway Station was severely chaotic. It was handling two-way traffic. There was an influx of Hindus and Sikhs, and Muslims fleeing for Pakistan. The authorities made sure that the two streams did not meet each other so they had separate passages for each category. A volunteer guided Ram Lal to the reception centre. The family looked respectable and the reception officer ordered for them to be sent to Purana Qila. Earlier it was occupied by Muslim refugees from Delhi and surrounding areas. They were being moved from there to be sent to Pakistan. Some of them had gone back to their old houses after some order had been restored in Delhi.

At the Purana Qila they were asked about their background and once again the camp commander was impressed by the bearing of Ram Lal and Shanti. He felt pity for them. He sent them to the western corner of the fort. It was somewhat secluded and the water tap was close by. They were given some utensils, a kerosene stove, a bottle of kerosene oil and a tarpaulin sheet to serve as a roof over their tiny lodging area. An official told Ram Lal they would be fed free for a week. After that they had the option of either continuing with the camp food, or cook their own food for which they would be given five rupees a day to buy their own requirements. Grocery and vegetable shops had sprung up both inside and outside the fort.

They were given a loaf of bread and some tea and directed to their new 'house.' Looking at the corner, Shanti asked, 'Is that all we have to manage with?'

Ram Lal smiled and said, 'We are in the Purana Qila, Emperor Humayun's residence. We have royal lodgings now. Cheer up.'

The threesome of the family proceeded to arrange their meagre possessions under the tarpaulin covering an area of about 60 square metres. Three cots were already there. Close to their tent, there was a makeshift bathroom made by some black plastic sheets strung around four bamboo sticks. It was meant to serve six families.

There was a dispensary for standard medicines. Serious cases were taken to a hospital at some distance from the camp. Of course, bribe had to be paid in cash for any service, notwithstanding the fact that they were all refugees.

Ram Lal did not know what he could do to supplement the scanty help given by the camp authorities. He took Kumar along and went around the fort to have an idea of the adjustments they would have to make and to see what sort of work he could find. Then, they went out of the fort and took stock of the situation there. Touts roamed around offering their services and suggestions as to how they could do some business, and if they were interested, where to find women to spend a night with. Kumar noticed some young boys playing improvised games.

Father and son returned to their base after the survey. Ram Lal calculated that he had enough money to pull through about three months or so. There was no knowing how long they would have to live on dole. He had to do some work. He remembered from his school history that Humayun had died when he slipped on the steps coming down from his library and went to see it. There the idea struck him. Books! His interest in books showed him the way. He would start selling books. A mobile shop on a bicycle. He bought a second-hand bicycle from a Muslim refugee who was leaving the camp and needed some cash. A tout then put him in touch with a wholesale dealer in books. Ram Lal loaded as many books as he could on the bicycle and pedalled the creaking machine five kilometres to Connaught Place. He occupied a nook in the gallery in front of a swanky shop. Quite obviously he had to pay a monthly bribe of twenty rupees to the municipal inspector of the area. He started making a decent commission on sales. Then a young man suggested to him to concentrate on thrillers, spy stories and film magazines. His sales jumped up suddenly thereafter. He started making a net profit of about Rs. 20 a day. On school holidays Kumar would go with him and while the father sat in his corner, Kumar would make rounds of the circular gallery of Connaught Place vending a small load of used spy books at reduced rates. Father and son made a good team.

In time, Ram Lal got some decent clothes stitched for everybody in the family and bought two saris for Shanti.

After the Second World War, the Royal Indian Air Force disposed off the old parachutes. The material was cheap and long lasting. It did not need ironing. It became very popular amongst refugee women for getting salwar suits stitched. Shanti had three salwar suits given by Simpson's wife when they left Lahore. Kumar gave Shanti the saris. 'Why for me,' asked Shanti? 'You will need this for going to parties,' Ram Lal replied. Everybody laughed, and Shanti replied, 'For that we will have to go back to Lahore.'

There were frequent quarrels among the inmates of the Fort. Ram Lal and his family always kept away from those. Then, the disputing parties started coming to him and Shanti for settling their disputes.

Impressed by the bearing of the Khanna family, other refugees started referring Ram Lal as Rai Saab.

One day, as winter was approaching, Ram Lal told Shanti that he was making a decent amount and they could afford to leave the camp and take a small house on rent. On the approach of winter in November 1947, the government distributed quilts for each member of the family and one army-disposal woollen pullover for the family.

As they were discussing their future, the Regional Camp Commander came on his inspection round. The camp dwellers had been requested to put up a good show and not to make any fuss or raise any complaints in front of the big boss. The commander was making random inquiries from various refugee families about their welfare, and listening to their complaints. Suddenly, he looked up towards the corner of the fort and asked, 'Who is that distinguished-looking man?'

'Oh! he. We address him as Rai Sab. He is a refugee from Lahore. He has been here for about four months.'

'Rai Sab from Lahore?' he asked once again to confirm.

'Yes, Sir. His name is Ram Lal Khanna.'

The boss left his papers there and made for the corner. Ram Lal got up and greeted the officer with folded hands.

'Rai Sab' said the regional commander, 'You remember me? I am Shakti Dass. I was city magistrate of Lahore West. I have enjoyed your hospitality.'

'Oh yes,' Ram Lal said, grateful that an officer was so respectfully addressing him. 'How are you doing?'

'I am all right. But you here?'

Then he turned to the camp officer, and pointing to a locked room close by, asked, 'What is this big room used for?'

'Nothing. Just a store, Sir.'

'Get it opened and cleaned immediately. Shift Rai Sab's family there today. And appoint someone to cook and wash for them.'

The hall was heaven itself after what they had gone through for the past few months. Shakti Dass apologised to him for not having known about him being in the Fort earlier.

'You did not deserve all this,' he said and added, 'You should meet the deputy commissioner of Delhi. You must have known him—Jenkins. He was deputy commissioner of Lahore.'

'Oh Jenkins. Yes indeed. Would you take me to him?'

'He is on leave for two months. I shall mention it to him on his return and get an appointment fixed for you.'

Shanti and Ram Lal felt suddenly transported to cloud nine. They started building castles in the air.

It was in the comfort of that room and such high spirits that Shanti, who had been pregnant since before the Partition, gave birth to a boy. They called him Billu for his blue eyes.

Two months passed and nothing happened. Shanti said, 'Everybody is a friend in your good days. Nobody cares for you in adversity.'

'Be patient. Jenkins is a good man. He must have just returned from leave. There must be other important matters for him to attend to.'

Late one February morning, Ram Lal did not feel like going to work. He was lazing in the room.

Suddenly there was a loud knock at the door. Kumar opened the door and in walked an Englishman followed by Shakti Dass and several flunkies.

Ram Lal got up in a hurry. 'Oh, Rai Sab,' exclaimed Jenkins as he shook Ram Lal's hand vigorously, 'What are you doing here?'

Ram Lal replied chirpily, 'Celebrating Independence.'

'Not like that,' said Jenkins. Then, turning towards Shakti Dass he said, 'Take Rai Saheb's family and show them some good evacuee properties. Let them select one and after that bring them to my house for dinner tonight at eight.'

Shakti Dass had a list of evacuee properties ready with him. He showed it to Ram Lal and made his recommendations too.

Ram Lal selected a double-storey four-bedroom bungalow near Darya Ganj Gate. It was fully furnished, cleaned up and dusted. While they went for dinner to Jenkins, all their belongings were shifted to the new place. The same refugee who had been appointed to cook for them in the Fort was shifted to the bungalow. After the dinner, Jenkins gave Ram Lal a cheque of Rs 10,000 from his discretionary relief fund. Then he asked Shakti Dass to get the relevant documents filled up and get them signed. Turning to Ram Lal, he said, 'Mention all your movable and immovable properties lost in Pakistan. It will take time and you will not get full compensation, but something. The house you have selected is yours now.'

Ram Lal, Shanti and Kumar felt that they had emerged from a nightmare. In retrospect it seemed so short and—so long ago. Shanti attributed the turn of fortune to her new-born son Billu.

Ram Lal wrote to some of the foreign companies whose agencies he had held in Lahore. To each application he attached a strong letter of support from Jenkins. Some of them responded positively while others made some helpful suggestions.

Ram Lal started taking tiny steps to recovery. He had done this before and both husband and wife knew how to work hard. His dealings were trustworthy and he wrote off his recent past and embarked enthusiastically on his new life. He converted one of the rooms on the ground floor of his house into his office. One day, a student studying MA in the evening shift at Camp College, Delhi approached him for a job. The college was set up for the refugees with a double shift.

He hired him as a part-time manager.

An old friend offered him a partnership in his real estate venture.

Ram Lal would leave home early in the morning carrying a lunch box of parathas and a flask of tea and returned home late in the evening. His routine was different from his days in Lahore when he would go leisurely in the morning and come home by tea-time. Sometimes he would play 'gulli-danda' with his children. He taught Kumar to play billiards and tennis. They, including Shanti would swim in the family pool on most summer evenings.

Now Ram Lal hardly saw his children. He would leave before Kumar could get ready for his college. By the time he returned Billu would be asleep and Kumar would be getting ready to do so. On Sundays too, he had something or the other to do. Some temperamental changes took place in Ram Lal. He stopped doing pooja and he was no longer the jovial man known for his jokes and repartees in Lahore.

One day Shanti asked him, 'Why have you stopped doing your pooja?'

'Whose pooja?' he asked in mock surprise.

'Bhagwan, of course, who else?'

'Bhagwan is dead,' he said acidly, 'He died with Kammo.'

'Don't utter such inauspicious words,' Shanti admonished him gently, 'He was only testing us.

'Why did He need to do that?'

'Sometimes it is required. He has started giving you back your things. That means you have passed the test.'

'Passed!' he said with a wry smile. 'He might have passed me, but I have failed Him. I no longer care what and if He does anything—or whether He exists.'

Shanti kept quiet. She knew when not to provoke him. She handed him his lunch box and flask—it was signal to go.

Kumar asked Shanti what had happened to Papa. She told them that he had so much work to do to bring them back their old days. 'He will be all right after some time. Don't worry.' She patted him on the back and sent him off to college.

Three months later, a much-battered air-mail came after suffering many redirections. It was from Ajit. The letter read:

> 'I hope you get this letter. I wrote it care of the Deputy Commissioner of Lahore whose office might know your whereabouts. I hope all of you are safe.
>
> My wife Grace and I with our son will be visiting for a fortnight next month. I am writing my phone number. Please let me know your address. More when we meet.

Your loving son, Ajit.'

The news spread cheer in the house. Shanti started preparing their rooms and buying provisions. Ajit was visiting India for the third time since his departure for higher studies.

The first two visits he had made alone was while he was studying. After that he wrote to say that he had married an American girl who was doing her PhD in Sikh history and so had learnt Punjabi. The parents did not quite like his marrying an American girl but they could do nothing about it. Her knowing Punjabi was a redeeming quality.

It was a tearful family reunion. Grace touched Ram Lal and Shanti's feet. They were touched by her gesture and in response they embraced and kissed on her head. She had brought heaps of gifts for each member of the family. She spoke Punjabi with such fluency that Ram Lal and Shanti thought she was a Sikh girl from Amritsar. Ajit and Grace gladdened the hearts of everybody by telling them that they would be soon relocating to India. Ajit had been appointed as a representative of an American Company in India and Grace would be pursuing her thesis on the Sikhs. In no time Grace became a toast to the family.

After two months when Ajit was appointed in Delhi, the family stayed with Kumar for a few months while they looked around for accommodation. Then they took a bungalow close to Ram Lal's house.

Grace spent her time mostly with Shanti while Ajit was away at office. Shanti took her to Chandni Chowk for her jewellery shopping. On every holiday they all visited the tourist sites of Delhi or went for picnics.

Life was good except that Kammo was not there. Ram Lal often told Shanti, 'If God was kind and loving then why did He take our Kammo from us?'

'It is all Bhagwan's *maya*,' interceded Grace. Ram Lal looked at Grace in utter surprise.

'You are more Indian than any of us. But I don't understand all this maya business.'

'If you did, said Grace, it wouldn't be maya.' Ram Lal and Shanti were surprised by the wisdom and maturity of Grace's remark. Ram Lal could not resist asking her 'Where are you from?'

'Well,' Grace said, 'I am from California but my parents were from Poland. They were in a German concentration camp for two years. They lost all their four children except me, in the holocaust. I was four years old and had seen all the atrocities committed by the Nazis. After enrolling for my PhD programme, I met Ajit and he taught me that it was all Karma.'

'I did not know that Ajit was so wise,' Ram Lal said with a chuckle.

'Ajit was miserable in California when he did not hear from you and couldn't get in touch with you for months.'

'Yes, our house was gutted and we had lost our address book in that.'

'But Ajit was always sure that he would find you.'

'All Karma,' the remark slipped from Ram Lal's mouth unconsciously.

One day Ram Lal did not go to work. Kumar had a holiday and he was doing something on the ground floor.

There was a knock at the door. Kumar saw a police constable with a woman with covered face.

'Is this Ram Lal Khanna's house?'

'Yes.'

'He has a daughter?'

'Had.'

'Left behind in Pakistan?'

'Yes, she was killed there.'

'Is she the one?' The policeman removed the cover from her face.

'Kammo,' Kumar cried and embraced her.

'My sister,' Kumar told the policeman.

'Sign here that you have got back this lady and that she is your sister.'

Kumar gasped with joy. He ran upstairs and shouted, 'Look who is here!'

'Who?' asked Shanti. 'Why are you so excited?'

'See,' he exclaimed and then turned back and said 'Come.'

Kamla emerged from behind the door. She saw her mother and ran towards her. Shanti gave her a tight embrace and shouted to Ram Lal who was in in the next room, 'I say, come and see who is here.'

Ram Lal had already heard the commotion. He came and saw his wife and daughter still locked in embrace, and crying.

On seeing Ram Lal, Kamla rushed towards him, shouted 'Papa,' and embraced her father.

Ram Lal went limp in her embrace.

'You? Kammo? But. . .'

Kumar butted in, 'She is Kammo's *bhoot*.'

Kamla could not help noticing the lack of warmth in her father's embrace. Shanti looked at Ram Lal who stood there without displaying any emotion. Kumar was the one who kept the communication alive.

'Kammo, what happened? Didn't you get burnt in the house?' he laughed as he asked her.

Kamla's voice was feeble. She said, 'You can see that I didn't.'

Kumar came and touched her in a mock show of checking that she was not a ghost but a real person with flesh and blood.

'But whose bones were there in the house?' Ram Lal asked.

'Must be our maid, Lajo's.'

'Where were you at the time of arson?'

'While I was doing my homework, my pen fell on the ground and the nib broke. I asked Lajo to go to the stationery shop and fetch a new pen and some papers. She said she might mess up and suggested it would be better if I went and got them myself. So, I went there just outside the street, at the corner. While I was getting my things packed, a mob entered the street shouting and screaming. Some of them carried crude torches made of burning cloth tied to bamboo sticks. Some men carried bottles of petrol. The shopkeeper immediately pulled down his shutters. The mob came to the shop and somebody lifted me. I kept on kicking and crying but nobody bothered. I was thrown into a jeep. My mouth was stuffed with my dupatta and my hands were tied at my back. Thereafter, I lost my consciousness and when I opened my eyes, I found myself in a mosque. An old man with a white flowing beard untied me, gave me some water and asked my name and address.'

'My son was amongst the mob that abducted you. He fought with his friends to bring you to this house of God. You are safe here. You seem to belong to a good family. I will take you to the head of the village who will restore you to your family. Don't worry.' His wife then gave me some stale roti and a glass of tea.'

'After that he took me to the house of the village head. There the same story was repeated. The head of the village then established that I was the daughter of Rai Saab. He asked his wife to take me in. He told me that the city was under curfew and it was impossible to take me to my house until after the curfew was lifted.

Three days later, they took me to Krishan Nagar. There was nothing left there. Then someone suggested Rai Saab had a cinema house at Bhati Gate. They took me there. It too was gutted and there was no one there. I asked them to take me to the police station but they said they did not want to get into any trouble with the police.

Back in the village they treated me very kindly. There were three grown-up daughters and only one boy, a little older than me. One day I heard some discussions next door. A girl was saying that Kamla would make a good match for Hameed. 'Let us ask her,' someone suggested.'

'Not yet,' said their mother, 'she still hopes that she would find her parents. Let her get convinced that we have done our best to help her.'

'Three days later the mother of those girls came to me, and after expressing her sorrow at my plight, said to me, 'You are like my daughter. You have seen that we have done our best. Now...' she hesitated for a while, and added,'why don't you become a part of our family? Everyone likes you. What do you think of Hameed? He is handsome, a graduate and will inherit our zamindari. He too likes you and will keep you happy.'

'No, no Bua,' I started sobbing. 'I am sure my family is alive. I can't think of that.' She said, 'We won't force you. We will make every effort to trace your family. Hameed goes everyday to the city to find out.'

I said, 'Why don't you put an advertisement in the newspapers?'

'They published an ad in paper with Papa's name,' Kamla produced a cutting from The Tribune.

Here is the advertisement. There was no response for a week.'

Ram Lal took the cutting, looked at it and said 'It was published a day after we left. Very clever. They planned it that way.'

'No papa, they were good people. I didn't suspect them.'

'What happened after that?' Ram Lal asked.

'One late evening, I tried to run away from there. I still had some money to buy a bus ticket. But their security guard spotted me and dragged me back to the house. The mother was upset at my move. She said, 'We will wait for a week and no more'.

I lost all hope. Next week they called the Qazi and I was married to Hameed.'

'Why didn't you kill yourself?' asked Ram Lal with some acerbity.

'I tried but the fan was too high to hang by. And there was no knife or any other sharp object handy.'

'So, you got married.'

'Yes. They did not change my name. They said we will mispronounce your name and call you Kamila.

Then, last month, a police party came and said all abducted women had to be sent back to their families. The family protested. They said this girl was married to their son Hameed voluntarily. 'Doesn't matter. We have government orders. Her name is Kamla and she is the daughter of Ram Lal Khanna. See the list.' And they produced a sheaf of typed papers.

'I was taken to some building where other recovered girls were kept. After a week, ten of us were taken to the border and handed over to the Indian police. From there we were taken to our respective homes. This is my story,' Kamla said with tears flowing down her cheeks.

'Oh! My poor child,' said Shanti, embracing her.

Ram Lal was red-faced. 'She is no longer our daughter,' he said loudly.

'Why?' asked Shanti and Kumar together.

'She has dishonoured us. Remember we performed her last rites in Lahore.'

Shanti retorted, 'That was under a mistaken belief.'

'Anyway, she has lost her honour—and ours too.'

'What could she do? What is her fault?' Kumar asked.

'Shut up, you rascal!' the father thundered.

Shanti said angrily, 'I ask the same question.'

'You too shut up. Kamla can't stay here.' He had never spoken to Shanti like that.

'No, she will stay here.' Shanti too had never spoken to her husband in this manner before.

'You too can go with her.' Ram Lal shouted in mounting anger.

Kamla got up and made for the door. Kumar too got up and followed her.

Ram Lal shouted. 'Where are you going? Come back and sit down.'

Kumar meekly complied. Shanti then motioned him to follow Kamla.

'If you go out then don't come back.'

Kumar ran out. There was no sign of Kamla anywhere. He asked the shopkeeper near their house if he had noticed any young woman passing by.

'So many of them are coming and going. I am busy selling my stuff, not looking at girls.'

Kumar ran out of the street and reached a triunction. If he went the wrong way, he would lose all chances of tracing Kammo. Confused, he made for the nearest bus stop. Kamla was nowhere.

Then he rang up his brother Ajit from a shop. The servant spoke and said that sahib had gone out and would be returning only after dinner.

'Tell them to come to our house at whatever time they come,' he instructed the servant.

Then he remembered that Ram Lal had told him not to come back if he went looking for Kamla. So, he decided to go to Ajit's house and wait.

Ajit and Grace retuned home at 11 pm. Kumar told them what had happened. They left at once for Ram Lal's house. Kumar said he would stay back in view of Ram Lal's ultimatum. Grace asked him not to add to the problem and took him along.

Ajit and Grace were horrified by Ram Lal's behaviour. First, Ajit rang up the police for missing person's inquiry. Then they snubbed Ram Lal who was still in a foul mood.

Grace said, 'Papa, you should be happy that your daughter has come back.'

'But how will I show my face to the society after her dishonour?'

'There is no dishonour. She was a victim. She needs sympathy and love, not a lecture on honour and morality.'

'You don't understand our society. So, you keep quiet,' Ram Lal ticked her off.

Shanti butted in, 'Where was your society when we lost everything in Lahore? Where was it when we came here? I cannot stay here any longer. I shall go wherever Kamla is. If she has gone to a government ashram I will stay there. If she has gone to a whore-house, I too will become a prostitute.'

Ajit kept his cool. He said that they would contact the ashrams in the morning. 'For now, Mummy, Kumar and Billu, you come and stay with us.'

Shanti, Kumar and Billu all got up and accompanied them. Ram Lal Khanna looked at them with shock but could not bring himself to say anything. He was left alone at home.

Next morning, Ajit went to the office of the Commissioner of Rehabilitation and got the addresses of all the four rescue homes for abducted women.

There was only one Home which had a phone connection. Nobody picked up the phone on the other side. Then he decided to visit all the Homes one by one. It was not easy. They were located way outside the city in different directions. There was no one called Kamla at the first Home. It took better part of a day commuting and checking the registers with photographs. A dismal air hung about the place. All the women—young or old—wore hand-spun khadi saris. They did not have any make-up. They had to spin charkha and read the Gita. They worked in the field attached to the Ashram and grew their own vegetables. They worked in the kitchen by turns and squatted on the ground to eat their meals. The day started and ended early with a lecture by the warden of the Ashram who was a middle-aged rescued woman.

Shanti, Ajit and Grace felt depressed after their visit. The story was repeated the next day at the second Home. In four days, they visited all the four Homes and failed to find Kamla.

There was no news from the police either. A police officer suggested they check the second ashram once again. It was not run very efficiently. Ajit did accordingly. The warden there told them a girl had indeed come to them two-three days ago but since the clerk was on leave, her name was not registered.

'Why didn't you call us? We left our phone number with you,' Ajit asked angrily.

'Our phone was not working. It still isn't. We have to verify that you are the family,' the warden said, and asked, 'where is the father?'

Ajit was quick to reply, 'He is bedridden, suffering from Alzheimer. This is the mother. I am her elder brother.'

The warden sent for Kamla. She rushed to embrace Ajit and Shanti. The warden heaved a sigh of relief. 'One less of unfortunate women,' she remarked and then turning to Ajit said, 'This is a strange place. It houses orphans whose parents are alive, and widows with living husbands. Some even had children from whom they were forcibly separated. This is living hell. Kamla, you are lucky. Go and live your life, my child.'

This monologue sparked an idea in Shanti's mind. Why not start a movement to arouse the conscience of parents and motivate them to accept their daughters? Also, encourage some idealism in young men to marry rescued young women.

She told the warden, 'This is worse than the Partition—uprooting women a second time.'

Ajit took Kamla to his house. He enrolled her in the Lady Sri Ram College for Women. Ajit's house became the centre of the family. Everybody was there except Ram Lal. Mirth and laughter emanated from there all the time. Ram Lal was left alone in his house with all his honour intact. He could still face his society with confidence. But there was silence and hollowness at home. Now *he* had become the unclaimed orphan, an outcast, an untouchable. It was as if the Partition had killed his whole family. Ajit rang him up every evening to enquire after his health and needs. Ram Lal always replied that he was 'okay, thank you.' It went on like that for one whole month.

One day when Ajit made his daily call, Ram Lal asked him what day of the week it was. 'Friday,' Ajit replied and asked, 'why, Papa?' There was a pause, then Ram Lal said, 'No, I was thinking…' there was a pause, and he added, 'why not get together this weekend as we used to do earlier?'

'Yes, Papa, very good idea. Would you like to join us? Everybody is here.'

'No, why don't you all come here? This house is lonely.'

'You know who all are here.'

'Yes. I know. Kamla too. Specially.'

The second reunion was more tearful. Ram Lal fell at Kamla's feet. Embarrassed, she lifted him and started sobbing, 'Papa! Don't touch my feet. I am your child.'

Ram Lal sobbed as he tightened his embrace around Kamla.

'Kammo, Shanti, Ajit and Grace and Kumar, you all have opened my eyes. Removed the cataract which had blurred my sight. Kammo, you have suffered very much. Now we will all live as one family. There won't be another Partition.' Grace had anticipated the catharsis. She had brought a big cake with 'Papa' inscribed at the top and 'Kammo' below with cream icing. The party went on for a long time.

***

III

Shanti went on to set up her group and called it "Pariwar"—Family. Ten other women joined her in no time. The minister for relief and rehabilitation, agreed to become their patron. They obtained the list of all "recovered" women and the four Homes where they were lodged. Every week they took the names and the addresses of the parents of three rescued women. They first visited their parents and tried to persuade them to accept their daughters. They related their own story. In most cases they found that women, more than men, were opposed to get their daughters back. Grace asked them why women were their own enemy. Her fluent Punjabi and fair skin floored many women. If a family did not agree they said they would visit it again after a fortnight. In case the family refused to see them, they would agitate in front of their house. In the first two months they were able to convince three sets of parents. The mother of every rescued woman became a member of the Pariwar Society.

The leading daily of Delhi did a feature on the campaign both in its English and Hindi editions. There was no TV yet in India. The national broadcaster, All India Radio also gave the campaign and its successes good coverage. The Prime Minister invited the members of the Pariwar and the reclaimed women and their parents to evening tea. In the first year of its existence sixty women were reunited with their families.

But it was a drop in the ocean. There were thousands of women in Punjab and UP, rescued but not taken back by their families. Ram Lal Khanna gave all help and support to Shanti. He was as transformed as Shanti had been. They spoke in the same language about women and the atrocities they had to suffer.

Time passed. Kamla completed her post-graduation, and Kumar his graduation with honours. Billu joined high school. Grace had another child—a girl. She named her Kamla.

One day Shakti Dass came to see Ram Lal. He had been promoted and was appointed a Deputy Secretary in the Ministry of Rehabilitation. His son was selected in IAS that year. He brought a packet of sweets for Ram Lal to celebrate the happy occasion. Just before getting up he said to Ram Lal, 'Rai Saab, I want a favour from you.'

'What favour can I do to a person in your position?'

'I request you for the favour of Kamla's hand for my son Shyam.'

'You know about her past?'

'I do, Sir. My son too. In fact, my wife is a member of your wife's organisation, Pariwar.'

'That is very good. I'll ask Kammo about it.'

That evening during dinner Ram Lal asked Kamla about the proposal from Shakti Dass.

'As you like Papa. It is okay by me.'

'Do you know the boy?'

'Yes, generally. We have represented our respective colleges in university debates and seminars.' 'How is he?'

'Good. Better than me, I should say. In fact, he is a friend of Kumar.'

'Kumar, you rascal. You didn't say anything.'

'You didn't ask me,' Kumar chuckled. Everyone laughed.

Shanti was engrossed in her work. That brought out her hidden and remarkable talent for leadership. She organised groups and made very powerful public speeches. She was always on the go.

Kamla's wedding was fixed for February, next year. In January, both Shanti and Shakti Dass were awarded the Padma Shri. It was considered a good augury for the wedding. Amongst the VIPs who attended the wedding reception were the Chief Minister of Punjab and the Minister for Rehabilitation. Prime Minister Nehru also dropped in for a short while. After blessing the couple, he took Shanti aside and spoke to her. 'The member of the Lok Sabha for Panipat has died, I would like you to contest the elections as a Congress candidate.'

'Thank you, Sir but. . .'

'Don't worry. The Party will take care of all the arrangements and expenses. Shanti smiled the broadest smile of her life as Nehru patted her.

'What did he say to you to make you so happy?' asked Ram Lal.

'Tell you at home.'

The news spread and in no time her house became a beehive of activity, in fact a public place. There was no end to people coming and going. Sometimes Ram Lal felt annoyed at the invasion of their privacy. Shanti was elected to the Lok Sabha with a big margin. There was a big public celebration to felicitate her on her victory. There was a new authority in the way she spoke. During the Lok Sabha sessions, she was generally late in coming home.

One day Ram Lal asked Kumar to compete for IAS. Kumar replied that he was not interested. He would like to study further and do PhD like Grace Bhabi.

'What after PhD?'

'Research.'

'After that?'

'Research is a lifelong activity.'

'Then who will look after the family business?'

'Billu.'

'He is too young for that. It will take time for him to come up. And what if he also falls for some stupid subject to research upon?'

'Everyone follows his destiny, Papa. Don't worry.'

'I want to retire now,' said Ram Lal.

'You are not old enough to retire yet.'

It was agreed after some discussion that Kumar would attend Ram Lal's office on part-time basis. Ram Lal would return for lunch and rest and Kumar would spend the afternoon in the office. There was not much work. It was a running concern and the office manager was a trusty old hand. Kumar would have enough time for his research, and his hobby of painting too. However, soon the office work started growing on him and he found himself getting involved in the daily work, apart from painting. Ram Lal's strategy had worked. Some of Kumar's initiatives had expanded the business and he liked it. He gloated about his son's achievements and everybody felt proud of him. Kumar realised that business could also be a creative work.

Ajit had become chair of his multinational company and he and Grace often went on trips abroad. Shanti had handed her chair at Pariwar to Shakti Dass's wife, Rukmini. The end of her term in the Lok Sabha led to a reduction in her public engagements. Suddenly, there was a change in the house. Now Shanti became more active and assertive in decision making and Ram Lal withdrew correspondingly. Shanti started offering her advice without even being asked for in business matters. Many times, she made financial commitments to be fulfilled by Ram Lal or Kumar. While Ram Lal took all that as a matter of course, Kumar resented her interference. He advised her politely not to embarrass Ram Lal or him in business matters. Sometimes the manager did something and when questioned about his authority, he would reply that Shanti, commonly referred to as Mataji, had asked him to do so.

***

With business booming, Kumar's parents started suggesting that he should get married. Kumar said he would tell them when he was ready. He had a girlfriend and he wanted to surprise his parents by bringing her home one day. Both Ajit and Grace knew about their affair and they liked the girl.

One evening Shanti returned bubbling from a visit to a friend's house. At the family dinner she announced. 'I have good news for Kumar.'

'What is that, Mom?'

'I have found a suitable girl for you.'

'Who? How?' Kumar asked casually.

She is the daughter of a family from Lahore. Badly hit by Partition like us. But now they are all right. Now get ready.'

'Get ready for what?'

'For marriage. What else?'

'I told you I am not yet ready.'

'Well now better get ready. I have given my word to them.'

'How can you do that?' Kumar protested.

'Why? It is our duty to get you married.'

'You will get to perform your duty in time.'

'You are 25. You are settled. What is the problem now?'

'I have another girl in mind.'

'Why didn't you tell us earlier? Now, I have given my word.'

'I was going to tell you one of these days.'

'Sorry. You are too late.'

'But I have given my word to my girlfriend.'

'You have given your word to the girl. I have given my word to the family. There is no going back on that.'

'There is no going back on my word either.' Kumar got up to leave. Ram Lal stopped him.

'Don't get up and go like that during a discussion with your mother. It is disrespectful.'

Kumar sat down with a long face. Shanti too remained sitting with suppressed rage. No one had ever questioned her decision. And now her favourite son had stood up against her.

Ram Lal tried to pacify Kumar. 'In a marriage a family is important. You do not marry a person; you marry into a family. We don't know what sort of a family the girl comes from. We haven't even seen her,' Ram Lal said very mildly.

'That can be arranged,' replied Kumar and got up. After he left Ram Lal tried to pacify Shanti. However, he was not able to pull her out of her funk. After a while she suddenly spoke up, 'I didn't expect the boy to question my decision.'

'One has to bend before children. Moreover, it is a matter of his happiness.'

Shanti listened to him quietly and then said, 'How will I explain to them?'

'We will see to that.'

The cold war between the mother and son went on for a week. One day Shanti told Kumar, 'We would like to meet your girlfriend.'

'Kavita would not like to be traditionally 'seen' for approval,' Kumar said. 'I will ask Ajit to invite her to his next party. You can meet her there.'

They were impressed by Kavita. She was extra polite to Shanti. Thereafter, Shanti waived her opposition to the match reluctantly. The wedding took place within a month and as desired by Kumar it was a simple affair.

***

The first morning after their wedding, Kumar was shaving while Kavita stood by his side looking at him dotingly. Suddenly Kumar brushed her cheek with the lather just as his father used to do with him and Kamla when they were children. They used to enjoy it. Kavita turned her face away and said brusquely, 'I don't like this. I am not a man.' Kumar was shocked and confused by her reaction. He quickly withdrew. Kavita washed her face, wiped it, and went out.

Kumar's business was expanding. Export from India was picking up. This involved considerable foreign trips for Kumar. Within a week of the marriage, the ambassador of Australia invited both Kumar and Kavita for dinner. Kumar was going to visit Australia for an export deal.

On way to the party, Kumar tried to advise Kavita about some points of protocol and etiquette. Hardly had Kumar started when Kavita rebuffed, 'I may not have been an ambassador's daughter but I know all the etiquette.'

Kumar was shell-shocked by her response. He kept quiet for the rest of the drive. He wondered how and where she could have picked up the points of etiquette, he was trying to explain to her. She came from a lower middleclass family and was doing a lowly job when Kumar had met her. For a second, he thought of asking her to get out of the car and go home, but he controlled his rage. Somewhere in his head, a tiny candle was snuffed out by Kavita's remark. He decided never to advise her again.

After his return from one of his foreign trips Kavita complained to Kumar. 'I don't like staying alone in this house.'

'Anything wrong here?'

'Whenever you're abroad I have to tell your mother where I am going and when I am returning.'

'What is wrong with that? Has anyone prevented you from going anywhere?'

'No. But I don't like the policing. I am not a child and I do not go to wrong places.'

'How does one know?' Kumar asked in jest.

'So, you too suspect my visits?'

'I will tell my mother in my own way not to make such inquiries.'

'Why can't we live separately?'

'What is wrong here?'

'I don't like this joint family system.'

'You knew all that before marriage.'

'Yes, but I hoped to change that after marriage.'

'So, you came with a plan for subversion.'

'Not subversion but improvement.'

'Well, right now, we have no choice.'

'Aren't Ajit and Grace living separately?'

'Well, she is a foreigner. And she did stay with us for nearly a year till Ajit was promoted and the house was not adequate for his children and their frequent parties. Actually, Papa himself suggested to Ajit to take a separate house.'

'So, a foreigner is given special consideration! When are you getting your promotion?'

'It is a family concern. And I am already the boss.'

'Have you got your mother's permission to say so?' Kavita said with a deadpan face. Kumar did not like it. Another tiny candle went off in his head.

Once Kavita accompanied Kumar for his trip to England, for a month. Kavita picked up some gifts for her widowed mother, younger sister and some friends. She showed them to Kumar.

He asked her, 'Any presents for my parents and Billu?'

'They already have everything.'

'Gift is not a charity to be given for fulfilling a need. It is a gesture of affection.'

'Well, then you buy them. You know best what sort of things they would like.'

Another candle went off as Kumar went about choosing gifts for his own family members.

'At least be kind enough to give them yourself and say you selected them yourself.'

'If you say so.'

Ram Lal, Shanti and Billu were thrilled at this gesture. Ram Lal asked Kavita, 'How did you know my size to pick up the tweed jacket that fits me perfectly?'

'You have hugged me so many times, couldn't I guess?'

'God bless you!' Ram Lal said, his voice choked with emotion. Everybody was touched by Kavita's reply, even Kumar, though he knew it was a lie. He wished Kavita could tell more such small lies. Love is a constant assortment of small white lies. In the beginning, after marriage, once or twice Kumar went with Kavita on shopping expeditions. He felt so bored with the time spent and the objects to be purchased that he excused himself the next time onwards. After all what could he possibly do with the selection of saris, blouse pieces to match them and jewellery. Kavita was very annoyed. 'Every husband does it,' she said.

'I am not one of those. You have all the money. Buy whatever you like but leave me out of it.'

A tiny candle went off somewhere in Kavita's head.

Once Kumar went to Varanasi and picked up a sari he fancied, thinking it would look good on Kavita. When he gave it to her, she commented dismissively, 'I don't like that colour.' Kumar flung aside that sari and stomped out of the room. One more candle went off in his head. After that day, he never brought any gift for her.

Kumar had swung a major collaboration deal with a German firm. A manufacturing factory was to be set up in Ahmedabad. Ram Lal suggested that Kumar should be posted there even though Delhi office was a running concern. 'I can manage the Delhi office with Billu's help,' he told Kumar. The new project was important and entailed mature handling.

Kavita was very excited with the prospect of getting away from the joint family and living a life on her own terms.

***

One day at dinner, Billu told his parents that he was in love with a girl. 'I am telling you,' he said, 'before Mummy gives her word to someone else!'

'Who is this girl? What about her family?'

'She has no family.' Everybody looked at him in shock.

Billu added that her family members were killed in Pakistan. 'She stays in one of Mummy's Pariwar ashrams.'

'But why an orphan?' Shanti said distraughtly. Then, gathering herself, she said, 'Billu, my son, you deserve a good, beautiful girl. How did you fall into this …' after a pause she uttered the word she was trying to avoid—'mess?'

'There is no mess, Mummy. My love is as good as Kumar's.'

'But we were looking for a good, rich family. So many people have already approached us asking after you.'

I have gone by your advice, Mummy.'

'How?'

'You have been espousing the cause of abducted and rescued from Pakistan. This will show that you practise what you preach.' Shanti lapsed into silence. Ram Lal lifted the mood by patting Billu and saying, 'You, rascal!'

'Can we at least meet her?' Shanti asked.

'Why not? I will bring her this Sunday evening. Get some pakodas cooked. She likes them.'

Madhu came in a pink salwar kameez suit without any make-up or jewellery. She had a look of innocence about her. She spoke with a quiet confidence. She told them she had completed her graduation while she was still at the rescue home and now, she was teaching in a school. That was all she could tell them. Shanti wanted to probe further. To satisfy her curiosity she narrated her story. It was somewhat like that of Kammo except that she had suffered more violence and indignities. Ram Lal patted her back affectionately and said, 'You will be a substitute for our Kammo. One daughter has gone, another has come. You are welcome to live with us like our daughter.'

Madhu responded by touching the feet of Ram Lal and Shanti. Wiping her tears, she said. 'I too needed not only a man but a family. I think I have found it. Thank you Daddy, thank you Mummy for accepting me.'

After Madhu left, the old couple caught each other wiping their unshed tears.

'Your Bhagwan is playing with us again,' Ram Lal teased Shanti.

Shanti came out of her dazed spell. 'I was thinking ...'

'What?'

'Both of our boys have cheated us out of their in-laws. No company for us. None to visit and have fun with.'

'Yes. I don't have anyone to share a drink with.'

'Hope Madhu turns out to be better than Kavita.'

'Nothing can prevent you from hoping.' They both embraced each other against some unknown fear.

***

After Billu's marriage, Ram Lal and Shanti felt free. They decided to move around and visit Kumar and Kammo at intervals. Grace, Madhu, and Kumar invited them, but Kavita did not do so. When Kumar asked her, she replied, 'You have extended the invitation. Isn't that enough?'

'You inviting them makes a lot of difference. That makes them feel welcome,' Kumar said with a hurt.

Kavita said, 'It is a pointless formality.'

Kumar tried to cover up Kavita's refusal by asking Shanti specifically, 'So, when will you visit us?'

Shanti replied, 'When Kavita invites us. 'She is the mistress of the house.'

Kumar said, 'I am the master of the house. My invitation should be more than enough.' As he said this, he felt a rage rising in his heart against Kavita. What was the so-called love for him Kavita so often proclaimed if she could not stand by him? Kumar was a very sensitive person. Whenever he felt let down or hurt, he would just keep quiet. He would not talk to Kavita. She too stood her ground. But she could not carry on for long. Her way of bringing him around was to snuggle into his bed at night. Kumar melted away physically, but the hurt stayed somewhere and popped back in the morning.

Then life became routine. They had two children—one boy and a girl. The maid took care of them most of the time. Both Kavita and Kumar were fond of them in their own way. Kumar played with them at their level. He told them stories at bedtime and they enjoyed that. After the storytelling session got over, Kumar tucked them nicely in their beds. He insisted they sleep in the same bedroom with them. Sometimes, they insisted on sleeping with him. He enjoyed that very much. When he shaved in the bathroom Kumar would cover their faces with lather and then mock shave them with a razor without blade. They would run to Kavita to show how good their shave was. She would look disapprovingly at them and ask them to go and wipe their faces.

Kumar and Kavita had made a good number of friends in Ahmedabad. There was prohibition in the state but everybody served drinks in their parties. Kumar and Kavita also entertained guests. The children did not like the parties because they would be confined to the bedroom, fed by the maid, and asked to sleep without any story or tucking as Kumar did.

While Kumar was away at office Kavita would get busy in kitty parties.

***

IV

One morning Shanti got up, finished her prayers, and came back from the puja room to the bedroom to have tea with Ram Lal.

The cook came with the tea tray and stood there. Shanti softly called out to Ram Lal asking him to get up for tea. He did not respond. She then put her hand on his shoulder to wake him up since he used to sleep on his left. Shanti did not like the touch of his flesh. Panic-stricken, she shook him but there was no response. Shanti shrieked, Billu and Madhu rushed from their bedroom to find out what had happened. Ram Lal had slipped into a coma in his sleep.

He was taken to a hospital where he was kept for a week. After that the doctors said there was nothing more they could do. They advised that he should be kept at home and gave necessary instructions on how to feed him through a pipe and attend to his other needs. Ram Lal was kept in his bedroom with round-the-clock nurses. Shanti moved into the next room so as not to come in the way of nurses. Before sleeping and after waking up she would go to check his condition.

People came to inquire about Ram Lal's health. They were disposed of by whoever was present in the house. No outsider was allowed to see Ram Lal lying like a corpse, though technically he was alive.

Ram Lal had been a methodical, hardworking man. He would boast to his close friends that he had planned everything to the minutest detail. 'Nothing can go wrong.' Yet he lay there helpless as if it was a punishment for his bragging.

Shanti was broken by his coma. Days, weeks, even months passed. Shanti became a shadow of her past self. Physically, she was diminished and mentally, she was becoming weaker. Sometimes after sending away the duty nurse, she would whisper in his ear, 'Darling, you can go. Don't suffer like this. I can't bear to see you in this state.' How many ways are there for a person to die, Shanti started wondering. And which one was better than the other? The family started discussing such topics as Ram Lal lay next door—neither dead nor alive. One day Shanti mumbled into his ear, 'I absolve you from all obligations. My beloved, my husband, my master, go!'

Next morning, after seven months of coma the nurse reported that Ram Lal had expired. There was no weeping, no crying, no formal expression of condolences. There was a palpable feeling of relief in the house. Everybody felt as if a heavy weight had been lifted from their chest. For seven months life in the house had been subdued by the hovering presence of death. It tip-toed around in the house, afraid to disturb. Laughter had fled the house. The household had got used to living half-life. It took an effort to begin life anew. They held a prayer meeting in which Grace said some *shabads* from the 'Granth Saheb':

'In the end nobody is your friend;
No one keeps you for a moment;
Remove the body, take it away,
They say...'

Shanti had become used to her virtual widowhood. She had already adjusted to a lonely and quiet life. Her assertive style had left her and she no longer issued orders. She only suggested mildly, tentatively, seeking approval. A new, different order had quietly come to replace her reign as a queen. She lapsed into it effortlessly.

One day Kumar came on a visit to Delhi and invited Shanti to come to Ahmedabad for a change. Shanti demurred. Finally, she agreed because of Kumar's insistence. Kumar asked her to pack her luggage and took her along with him on the same flight. Kavita was surprised to see Shanti with Kumar. She told him that he should have told her in advance so that she could make proper arrangements. He dismissed it by saying no special arrangements were required for a mother.

Next morning while going for her bath, Shanti asked Kavita if she could give her a towel. She had forgotten to bring her own. Kavita gave her a hand-towel. Shanti looked at it and at Kavita and turned away. She did not take bath.

Kumar came back from office in the evening and looked at his mother.

'What, no bath? Are you tired or something? Hope you are all right.' He felt Shanti's pulse. 'You are okay,' he said breezily.

Shanti said she could not take bath without a towel.

'Why?' Kumar looked at Kavita, 'there was no towel?'

'I gave her one,' Kavita said casually.

Shanti got up and brought the hand-towel. Holding it up to show both, she asked, 'Do you people use this for wiping your body after bath?'

Kavita said, 'Our towels have been sent to dhobi.' Kumar was furious.

'We certainly have more than two towels. He went to his room and picked up two towels from his wardrobe.

'What are these?' He asked Kavita angrily.

'These are your towels.'

'You should be ashamed of your conduct,' he lashed out at Kavita. He could have killed her. Shanti pacified him but he was boiling with rage. Kavita withdrew to her bedroom.

After sometime, the maid came running and told Kumar that madam was lying unconscious on the bathroom floor. Shanti and Kumar rushed to see Kavita lying prone there. A can of mosquito spray was lying beside her. Kumar rushed her to the hospital where she was given a stomach wash. She was kept in the hospital for observation for the night.

'You brought her just in time,' said the doctor and added with smile, 'Some argument at home?'

Kumar smiled in embarrassment. Shanti told Kumar when he was alone, 'You see this. That is the reason I did not want to come here and disturb your family life. I have my house in Delhi and I am quite happy with Ajit, Grace, Billu and Madhu. Let your family life go on smoothly.'

'I am very sorry, Mummy.' 'It is not your fault.'

'I made a mistake in marrying her.'

'That is kismet. It was meant to be that way. Nobody is to be blamed.'Kavita did not speak to Shanti except to call her for lunch and dinner. Once she sent her with the maid on a tour of the city. No harsh words passed between the husband and wife. It was a cold war.

Kumar always felt the tension between the two as if he was standing on a line of fire. Shanti missed the warm company of Grace and Madhu.

She wrote a letter to Ajit to call her back. A week later Grace rang up Kavita and said she missed Shanti. 'Please send her back.' She told Shanti that the children were also missing her. Shanti also insisted. In less than a fortnight she got ready to accompany Kumar when he was going to Delhi on his usual trips.

During the flight Kumar sobbed like a child and told his mother that he should have gone by her advice instead of marrying for love.

'Marriage is a gamble. Nobody can be sure of what one is going in for. It was not your fault. In love one goes blind for a while.'

'I never imagined she would behave so badly.'

'You have to live it out as best as you can.'

A young man walked up to them from the isle and bowing to Shanti, said, 'I am so glad to meet you Madam. I worked under Rai Saab in Delhi. Wonderful man.' Precious time was lost in that causerie. Suddenly, the plane hit a turbulence and the pilot asked all passengers to return to their seats and fasten their seat belts. Soon thereafter, the plane started its descent.

Kumar told Shanti that he made a mistake once but could not suffer the consequences of that all his life. This brought tears to Shanti's eyes. She hugged Kumar like she used to when he was a small child.

At home Ajit and Grace were also brought into the discussion of Kumar's dilemma.

Ajit looked at Grace and said, 'I don't know. Grace has given me nothing but happiness.'

'That is mutual, Ajit,' Grace said as she gave a peck to Ajit on his cheek. 'My kismet was good.' Then, turning to Kumar, she said, 'Kumar, try loving her without expecting any expectation. Just try. It may have some good, unexpected results.'

Kumar returned to Ahmedabad with Grace's formula. Kavita expected Kumar to be full of anger against her. She was surprised to find Kumar so friendly, as if nothing had happened between them.

For the next six months Kumar was all sugar and honey with her. He never checked her, never contradicted her, never made any demands on her. He let her do everything she liked. He accepted her suggestions for any outings, picnics, going to movies, holding parties, preparing the guest list and menu all as she pleased.

Kavita loved the transformed Kumar. She felt vindicated. Her strategy had worked. She was spoilt further.

After six months Kumar's patience wore off. One day his pent-up feelings surfaced.

'You are impossible,' he shouted at her. 'I gave you six months of unquestioned love but it had no effect on you, not a bit.'

'Oh! I see. All this was a put-on, a ruse, a tantric formula practised on me. Who gave it to you—that woman?'

'Which woman?' Kumar asked in shock.

'Your mother, who else?'

Kumar wanted to hit her. However, he restrained from doing that. He kept quiet and went out. After an hour, he returned, had his bath but refused dinner. Kavita asked him once and did not ask him what the matter was. The children came and asked him why he was not eating with them. Kavita told them he was not feeling hungry.

Next morning, he went to office without having his breakfast and without exchanging a word Kavita. She also ignored him.

Next evening too he was silent and declined to have dinner. Kavita came and asked what was bothering him.

'Nothing, 'he replied. 'Leave me alone.'

She left him alone. She too did not eat that evening. At night she tried her weapon of last resort. She took off her nightie and nuzzled into his bed. Unlike in the past, he turned away from her. Kavita made another bid. She whispered into his ear and asked what was bothering him. His impassive reply was 'Nothing.'

'If you are upset with me for something I have done, forgive me. But don't punish me with your withdrawal.' Her apology hit the iceberg. His mental resistance crumbled. Bodies resolved the dispute. They made love vigorously. In the morning Kumar woke up refreshed. No words were spoken. It was as if nothing had happened. Kumar had his breakfast and went to office with his usual 'bye.'

Kavita tried to find out the reason for his sulk but was unable to put her finger anything. A fortnight passed by without any incidents.

One day they were holding a party. Kumar suggested a pudding that he fancied. Kavita replied matronly, 'We will see.' But the pudding was missing from the dinner table. Kumar's sulk returned after the party. Kavita's strategy was repeated this time but without success. Next day she took the offensive route. 'Is this point big enough to be made into an issue?'

'In love every issue is big,' Kumar replied like a guru. '*Your* ego decides everything.'

'A menu concerns my department. You should have left it to me.'

'Where is my space in the house?' Kumar asked bitterly.

***

Shanti was very happy in Delhi. Both Grace and Madhu looked after her well. They often went for outings. Sometimes she went alone to meet her friends and relatives. But Kumar's relationship with his wife kept bothering her. She was old enough to know that occasional tiffs were part of conjugality, but not so acute as what she saw in Ahmedabad. There was no happiness in that house. Kumar's marriage was cracking. Kumar's jollity, his jokes and his laughter were a thing of past.

Ram Lal's death necessitated a restructuring in the management of the business. Billu could not be the boss as long as Kumar ran the branch at Ahmedabad.

It was therefore decided they should swap places. Kavita did not like this. She told Kumar that under no circumstances would she live in the family house with Shanti. Kumar already knew this. It was therefore agreed that Kumar would rent a separate house nearer his office and the children's school. Shanti also felt relieved.

One day Kavita and Kumar held a dinner party in their house. Ajit and Grace came but Shanti stayed away. Lately, she had started avoiding parties, particularly those where she felt awkward. She did not like people drinking and indulging in vain chitchat. Also, she genuinely felt out of place with youngsters. She was ignored and even when she had to attend a party at Ajit's house, she would slip away quietly after formal introductions.

***

V

In one of Kumar's parties, one of the invitees was a college friend of Kavita who was working as a lecturer in Delhi University. Her full-throated laughter at one of his jokes drew Kumar's attention. She was charming and bonded well with Kumar's children. She talked with them more than normal and the children too liked her. There was something unusually attractive about her smile and every time he saw her smile, he wanted to embrace her.

When the party was over and the guests departed, she lingered on at Kavita's insistence. Kumar looked at her and then turned his gaze towards Kavita and wondered how nice it would be if Prema—that was her name—was there instead of Kavita. In his mind he replaced her in every role Kavita had played in his life and found her to be a perfect fit.

'Time to go,' said Prema suddenly getting up. 'Don't go,' Kumar wanted to say, 'Stay on.' Instead, Kavita said those words. Kumar then added, 'There's a room here for you.' 'Some other time,' Prema said picking up her clutch bag.

'Nice to have you here. Come again,' he said as he had done to every other departing guest.

A week later, Prema dropped by in Kumar's office. 'What a pleasant surprise,' he said. 'If you had not come, I would have turned up at your place.'

'Why didn't you? You know I don't live too far off.'

'Business,' he said, 'This wretched business.'

'What about the business of life?' Prema asked coyly.

'That is not a success.'

'You can always change your line.'

'Too late. It becomes a habit after sometime.'

Prema got up, 'It's my business time.'

'How is your business arranged?'

'Forenoons are free. After lunch I get busy with my lectures in the university.'

She left her card. 'See you sometime.'

Kumar felt like following her right away but discretion kept him back. He relished her visit for the rest of the day.

Next day was a holiday and he had promised to take the children for a movie. As was their practice, after the movie, they had their dinner at a new restaurant. The day after, he went to office and from there he drove to Prema's house.

'I was waiting for you,' Prema said in a casual tone.

'Why?' asked Kumar in surprise.

'Ask yourself,' she said with a smile.

Her smile was smothered under his kiss. His fingers played with her tender earlobes sending shivers down her body. She felt she could stay that way for ages—in his protective embrace. They lay side by side on the bed for a long time—joining and separating, time and again, like two kittens, pawing, licking and wrestling with each other.

Their hands explored each other. Their tongues sought each other's oral valleys. They melted into each other. They would break for a while before resuming their quest for mutual merger. Time was banished. Elsewhere it was ticking on but not in Prema's bed.

It was as if they had known each other forever—even in their previous lives.

Suddenly he looked at his watch and said, 'Look at the time. I must leave now.'

'This wretched watch of yours. I will break it.'

'But time will still have its tyrannical sway.'

'Where were you all these years?' he asked her.

'Here in Delhi. I attended your wedding, and pitied you.'

'Why?'

'I knew Kavita well in college. Every girl knew her. She was not made for you.'

On hearing Kavita's name, a shiver ran through his body. He felt acutely guilty. He was cheating on her. But the next moment he rationalized. No, not cheating but avenging himself for her million tyrannies. He had a right to some paroles. He wanted to taste how it would be with some other woman who understood him—as Prema seemed to be doing.

Prema got up suddenly and went out of the room. As Kumar waited for her, the aroma of freshly-ground coffee wafted into the bed room. Prema followed with a tray of cookies and two mugs of coffee. 'My favourite mid-morning break,' she said smiling.

'Mine too,' said Kumar.

They drank from each other's cups alternating with their own cups as if making vows to each other. Kumar wanted to stay on there forever. Instead, he had to tear way from her.

They met as often as they could. Kumar took precautions to keep their affair off Kavita's radar.

***

One day as he returned from his rendezvous with Prema, he was surprised to find Billu waiting for him at his office.

'Why this pleasant surprise visit, Billu? No notice, no warning!'

'I want to discuss something important with you. Something bothering you?'

'I want to leave this job.'

'Why? Have you received any better job offer?'

'No, I don't want to do this kind of job anymore.'

'What do you want to do?'

'I want to go to America.'

'What for?'

'Make films.'

'Make films? What do you know about film-making?'

'I will study the subject for a year at New York and then try my luck at it.'

'Who gave you this idea?'

'I cherished it for a long time.'

'And how do you propose to finance yourself?'

Billu hesitated a bit and then said, 'That, in fact, is the reason for my visit. I have a burning ambition to do something artistic.'

'Why didn't you mention this earlier? You wasted so much time of yours in doing something not up your sleeve.'

'I did not have the courage to tell Dad and the hesitation persisted with you.'

'Don't worry. We will grant you leave for a year or so and a loan for your studies.'

'Such an easy solution, dear brother,' exclaimed Billu, 'I was worrying my head about it unnecessarily.'

Billu and Madhu left for New York with their young son.

***

After some months, Ajit retired from the chair of his American firm and was appointed its Chairman Emeritus. He was appointed vice chair of the family Company—'East–West International' as it had been named originally in Lahore. Shanti remained its chair.

Grace had written and published quite a number of books and was a visiting professor of Asian Studies in some universities in the United States. She travelled around on her academic assignments. Her children had gone to America for higher studies too.

***

One day Prema informed Kumar that she had been selected for the Rhodes Scholarship. Kumar congratulated her but asked her to reject it.

'I will do so on one condition,' Prema said.

'What's that?'

'If you marry me.'

'I have enjoyed my relationship with you,' said Kumar, 'you have given meaning to my life. But…' and he hesitated for a while.

'But, what?' asked Prema.

'Divorce is a messy affair. My children …'

Prema cut him short and for the first time since the relationship began, her tone was acerbic. 'So, you want to eat your cake and keep it too.'

Kumar perked up and spoke softly, 'Darling, I did not consider this aspect. Now I realise that it is not fair to you. But how will I survive without you?'

'You will. So, will I,' Prema said blankly, 'everybody does. It will be hard but we will get by.' Kumar wondered whether the relationship had outlived its course.

'Give me a few days to think it through. I can live the rest of my life with you but not with Kavita.'

'There is no hurry. It will take at least a month to complete all the formalities for my scholarship.'

The next few days were miserable for Kumar. He could not make up his mind and he could not even consult anyone. He did not visit Prema, did not even call her. The passion seemed to have dissipated so suddenly. He could not do anything about it. He thought of talking to Shanti, but could not summon enough courage to do so. Then, one day he made the bold decision to consult her.

He used to visit his mother every day in the morning before going to office, or in the evening before going home from the office. Shanti was surprised when one evening he made a second visit the same day. Shanti asked him if something was amiss. That provided him with the opening he was looking for. 'No Mummy, I was just looking for some advice.'

'About what, son? It has been a long time since you wanted some. You usually resent all advice,' she said with a smile.

He ignored the gentle sarcasm in her mother's tone and heard himself say, 'I was thinking of divorcing Kavita.'

'Too late,' she said, 'You should have done it years ago.'

'It is never too late to reclaim one's happiness!'

'It is,' she persisted. 'Now it is no longer about you two. The stake includes your children. Their life will become miserable. Whoever you choose as your wife will not be able to fill the void left by the absence of their mother—good or bad.'

'But what about me? I am miserable.'

'Sometimes it takes three to sustain a marriage. Two women, instead of competing, can supplement each other. They come to accept their territory and keep to it.'

Kumar was intrigued by his mother's suggestion.

'Divorce is a curse—more for woman than for man,' she said and after sipping some water from a tumbler on her bedside table. She added, 'a widow or a divorced woman is always and everywhere vulnerable. You know that in India, the term for a widow and a prostitute is the same—*rundi*.'

'Are you advising me to take a mistress?'

'I don't advise that. But it is one way short of divorce. It does not upset the apple cart and causes misery only to one person.'

Then, suddenly Shanti said, 'Kavita already suspects that you are seeing someone.'

'How do you know?'

'She told me.'

'What did you tell her?'

'I told her to make sure and then ask you.'

'What did she say?'

'She said she wasn't sure yet.'

'Then?'

'I told her in a general way that a husband looks out when he finds some inadequacy at home.'She turned back and asked me, 'What is the inadequacy in my home?'

'Find it out yourself.'

'Are *you* poisoning his mind?'

Shanti retorted, 'I don't need to. I am not depending on any one for any support—financial or otherwise. I am living a contented life. The rest of the family meets often. You know what transpires. You should not even think of such a thing about me?'

'No one knows the machinations of woman's mind,' Kavita shot back. Shanti was deeply hurt by the remark. She said, 'You are a woman too. I am not the only woman in this house. There are no problems between me and Grace, or Madhu, though Madhu stays with us.'

'So, I am one against the rest.'

'You are impossible,' Shanti lost her cool, 'I'll tell Kumar not to see me in the future except in your presence.'

'That won't solve the problem,' said Kavita. 'The damage has been done. I believe that there is no way out except divorce.'

'If you have made up your mind, so be it.'

'What will be your position on the issue?'

'Neutral. You married him out of love. If that love is dead, there is no use dragging the corpse of your marriage on your shoulders.'

'But I still love him.'

'You only love yourself.'

'That is not correct. I love him very much.'

'Then show it in your attitude and your behaviour.'

'I do my best.'

'Obviously your best is not good enough. Just introspect.'

'You are not helpful.'

'What else can I do? What passes between wife and husband can never be fully understood by any outsider. Do what you think is best for you.'

Kavita responded by saying that she would go to court and expose the family.

'What is there to expose? A dispute between a couple? It will be a brief ripple in a stagnant pool!' No one is bothered about others. They have their own problems. It will be all right at the end. Human beings know how to cope with different situations. Didn't we survive the Partition? Kumar heard his mother. He was touched by what Shanti had told Kavita. He remarked, 'I admire your cool and wisdom.'

'Life makes you wise, my son. You are not born with wisdom. You acquire it by dealing with life's problem, big and small.'

Prema asked Kumar the following day about his decision.

He kept quiet.

'I knew that. You had your fling and then you go to the wife's bosom. I leave for Oxford, next week. But remember I will always be there for you.'

At home his children asked when they could go for a holiday. 'Dussehra is coming,' said Kumar, 'How about going to Mysore? We can also see a bit of South India.' They liked the idea. Kavita noted the difference in his response. Earlier he used to give some excuse or the other against going for a holiday. His ready acceptance removed Kavita's suspicion about any affair between and Prema. He was thinking of his family—his children and considering their demands more than anything else. Kavita quickly rigged up a special meal after many months. She ordered the special ice-cream available at a shop which they had not visited for a long time.

***

When Kumar's son, Rishi finished his graduation Kumar told him to get ready to go abroad for doing MBA. Rishi was not interested in pursuing such a career. He wanted to do a course in films like his uncle Billu. Kumar did not impose his preference on him. Instead of wasting money and time on a subject in which he had no interest, it was better that he did something that he wanted.

'No girlfriend?' Kumar teased Rishi.

'Not so far. I don't want to be trapped so early.'

'You want to bring another Grace from America?'

'Such girls are not easy to come by. Uncle Ajit was lucky.'

'However, life in the film industry is not easy. Selling your idea to a producer and then listening to his dictation. And, there is no steady income.'

'That is true of every profession,' Rishi replied.

'Why don't you prepare for IAS, like Shyam?'

'Who Shyam?'

'Shyam, your uncle—Kammo Bua's husband. Have you forgotten him?'

'Sorry, Papa it slipped my mind. He is brilliant but not creative.'

'How do you know?'

'Well, that is the impression I formed when I spent a fortnight of my vacation with them last year. Office, home and files.'

'That can be said about every job. The question is whether he likes it.'

'That is the point I was making. I like to do films.'

Kumar shrugged his shoulder, 'Who knows where one will find happiness?' And he left the room leaving his son wondering.

Kumar's daughter Nidhi was three years younger than Rishi. She was studying in her room. Kumar wondered what problem she was going to create when she passed out of her college.

The void in Kumar's life returned once again after an argument with Kavita one evening. He got up and walked out into the street. It was cold outside. Walking aimlessly, he looked at the rows of houses, some double or triple-storeyed. He saw rooms lit up, curtains drawn; he could hear low music or muffled laughter emanating from some of them. They exuded happiness. He envied the cosy feeling of those houses. He seemed to be the only person in the street at that time. He looked back at his own house. That too gave the impression of happiness from the street. He wanted to go in and ask for a cup of coffee.

'Coffee? So late in the evening!' He imagined Kavita's response. 'But I want it now. Will you share it with me?' Kumar mumbled to himself.

'I am not crazy.' That would kill the idea. Kumar went on walking and looking at various houses and judging their index of happiness. His house seemed to be the only one to fail his imaginary test. Finally, he came back, rang the bell and entered the house. '*The House of Discord*' he decided to name it instead of its original name 'Harmony' given by the family that had built it and was driven out by the Partition holocaust. It seemed they had taken the spirit of the house with them.

Suddenly, he saw a poor vendor with his pushcart. 'Only a few oranges left, Sir. Would you like to be my last customer of the day?' Kumar felt a surge of pity for the poor man. He bought the entire lot without checking their quality or asking for the price. Then he gave him a five rupee note. The vendor muttered his thanks and blessings: '*Khuda aap ko khush rakhe*—May God keep you happy!' Kumar smiled at him and returned to the house with the paper bag of oranges.

'What have you brought?' Kavita asked him.

'A lone vendor was carting them around. His last trip on the street. I thought of helping him to make some money to take back home.'

'We already have plenty of oranges at home.'

'It was not a purchase but an act of charity.'

'Then *you* will have to eat your charity. They are more than ripe already. There is no place in the fridge.'

'Let us have orange juice at breakfast tomorrow.'

'You should leave this sort of shopping to me. Just tell me and I will get good quality products.'

Kumar wanted to throw away the oranges. However, he did not want to create a scene before the children. Was it a home or a reformatory? Could this incident be cited as an act of mental cruelty in court as a ground for divorce, Kumar thought. Then he thought of his children and even of Kavita. No, he could not bear the prospect of them suffering.

***

VI

Kamla was living happily with her husband. Five years had passed since their marriage and she had not conceived. Though the couple did not show any sign of worry on that score, Shyam's mother, Rukmini would nag Kamla at times. One day she told Kamla if she was barren, they could adopt a child. Shyam admonished her mother for her crude remark. 'May be something is wrong with me,' he told her and silenced her for some time. But later, both Shyam and Kammo felt that adoption might not be a bad idea.

On his frequent tours as Director of the Department of Backward Classes, Welfare of Andhra Pradesh, it was unfailing practice of Shyam to visit the Dalit colony which was always located at a distance from the upper-caste village. That was the habitation of the untouchable class called 'Dalit' in India. He made his first such visit to a village named Pippalwada located about 100 kilometres from Hyderabad. Shyam was greeted by a middle-aged dalit man. His name was Siva Rao, the head man of the habitation. After garlanding him, Siva Rao fell at his feet and said,

'Sir, I bow to you.
I touch your feet.

I am your slave.
I will eat yourshit.'

He uttered the words as if reciting a mantra, he had recited routinely many times as his ancestors had done for generations before every upper caste person.

Shyam was stunned. He lifted the man, embraced him and said, 'You are my equal. You are my brother, you will share my tiffin.' Saying this, he asked his peon to bring his tiffin-box and put the contents in two banana leaf plates placed on a cement platform close to where he was standing. He then asked the man to sit opposite him and eat with him. The dazed man stood there like a statue with folded hands and did not utter a word.

Shyam was equally determined. He said to him, 'If you don't eat with me, I too will not eat.' Siva Rao, who looked older than his years, started shivering and again bent to fall at Shyam's feet. Shyam caught him midway and said, 'Brother, I request you to honour me by sharing my meal.'

Some of his flunkies were shocked and unhappy at the behaviour of their boss. He was violating a hoary tradition. He was upsetting the caste equations. But he was the boss and would soon be gone. They asked the dalit to obey his orders. Still, he did not move. Finally, Shyam took a fistful of rice and curry from his plate and forced it into the man's reluctant mouth.

The entire Dalit ghetto broke into cheers and started shouting, 'Shyam Dora, our brother, our God. Long live Shyam Dora!'

Shyam never forgot that moment. Nor did the village, nor did all the ghettos in the state.

At that instant Shyam decided to adopt a Dalit orphan and bring him up as his child.

The upper-caste elders of the main village felt deeply hurt by Shyam's gesture. Their leaders wrote to the chief minister protesting against the young officer's flagrant breach of tradition, and protocol.

'We are humiliated. Our people are very unhappy. It will cost our Party dearly in the next elections,' the local member of the state assembly wrote. Another alleged that the young officer ogled at young dalit girls which he could not do in the main village. He stayed in the ghetto because he could get girls there easily at night. The chief minister did not react. He was glad that some bureaucrat had taken the bold initiative.

Shyam checked with some government orphanages and finally selected one from which they brought home a one-year-old Dalit boy. He was a fair, handsome and a happy baby. They named him Karan. With the arrival of the baby, the whole house was suddenly transformed into a hub of activity. A new glow washed the staid home. Kammo was kept busy from early morning to late evening tending to the infant. Most nights she had to wake up to administer to some of his crying need. Kammo did not grudge these demands and the mess he created during his waking hours. The new motherhood brought her closer to her mother-in-law who guided her at every step. The spick and span home was turned upside down like a little war zone. Shyam also enjoyed playing with Karan and there was no end to the toys that he brought whenever he came home from his trips. A new halo of happiness lit up their already happy lives. One day, Kammo said to Shyam, 'Mummy was right. There is no happiness greater than to share the growth of a baby in the house.' Shyam added, 'Even in the office, I keep on thinking about him.'

When Karan was five, Kammo became pregnant. Ah! the ecstasy of carrying a new life inside one's body. She felt she was becoming a complete woman. Her mother-in-law could no longer taunt her as being barren.

The baby girl arrived at the onset of winter. It completed the family unit. They named her Veena. Karan was thrilled to get a new human toy and he had to be restrained from playing too hard with the infant.

But soon a change came over him. Whenever he returned from school and found Kammo nursing the baby, he would try to pull the baby away, and climbing up her lap demanded to be breast-fed. Kammo would pick him up and cuddle him but he would not be satisfied with that. He even asked her why he had not been breast-fed like his little sister. Although Kammo lied to him, saying he had forgotten, he kept on repeating the allegation almost every day.

Karan also underlined every small incident of his neglect by Kammo. In every little matter, he felt that the baby was being given preference over him. Every time it happened, he threw a tantrum. Later, he started slipping into a sulk and disappearing into his room.

Whenever he was alone with Veena, he would slap her or bite her hand or pinch her. Veena's howls would bring Kammo or Rukmani running to cuddle the baby and admonish Karan. One day, Kammo noticed a bite-mark on Veena's arm and slapped Karan for that. It was the first time that he was given corporal punishment because of Veena. It led to a huge scene in the house. Karan cried and sobbed for hours and nobody could stop him. When he got tired of sobbing, he fell asleep. Later, he complained to his father that nobody loved him. His father tried to reassure him saying he was loved even more than Veena. 'I know,' he said 'I can see. How many times do you kiss and hug her? No one does that to me.'

Kammo tried her best to cope with Karan's jealousy towards Veena but she failed to assuage his feelings.

Time passed, Veena grew and Karan celebrated his tenth birthday. He no longer complained loudly but his behaviour demonstrated his unhappy state of mind. He was taken to the psychiatrist who said that it was a passing phase.

Karan and Veena played with each other like normal siblings. However, when Karan wanted something or to go out to some place, he would push Veena to get parental permission. The parents noticed that Karan had started manipulating Veena to get his way.

Kammo had enjoyed telling bedtime stories to Karan since he was very young. She continued this with Veena as well. Karan would also come and lie on the other side of Kammo and listen to the stories from *Ramayana* and *Mahabharata*. Earlier, Karan had just enjoyed listening to the stories. The second time when they were narrated for Veena's benefit he started asking questions by way of clarification. Sometimes the job of storytelling was passed on to Kammo's mother-in-law Rukmani who was even better because she answered Karan's numerous questions patiently even though Veena did not like interruptions in the narration.

One evening Kammo and Shyam had gone out for dinner. Both the children cuddled up with their granny in the quilt and she narrated a story from *Mahabharata*.

Veena fell asleep midway and only Karan was listening to the story. As usual, he started asking her questions. The granny was also feeling tired and sleepy but Karan begged her to answer one last question. She could not refuse. 'Who was Karan?' asked the boy eagerly.

The old woman evaded the reply, 'Now go to sleep. I am feeling very tired and sleepy.' She turned on her side and pretended to go to sleep.

Next day, Karan asked his teacher who explained matter-of-factly that Karan was Kunti's son but she had put him in a basket and floated it in the River Ganga.

'Why?' asked Karan, 'Did she not love him?'

'No, she must have. But he was born before her marriage and she did not want anybody to know about that.'

Karan came home and asked Kammo, 'Was I born before your marriage?'

'Why? No. Why do you ask?' She asked in surprise.

'Then why did you name me Karan?'

'Because he was the bravest and the best archer.'

'Wasn't Arjun the best archer?'

'Karan was even better.' Kammo felt a touch of panic at the turn of the conversation.

'Then why was he killed by Arjuna and not the other way around?'

'That was because of the breach of rules of warfare by Arjuna.'

'I want to change my name.'

'What name do you want?'

'Arjun,' replied Karan confidently.

'We liked Karan better. Now it will be difficult to change.'

'I am not a bastard. I want to change my name to Arjun.'

'Bastard?' Kammo was astounded that her little boy knew the meaning of 'bastard'.

'Ask your dad when he comes home.'

Shyam was shocked when Kammo narrated the story of Karan's demand. He pacified Karan, 'We will see about it.'

Karan persisted, asking his grandmother and pestering his parents daily. Shyam had expected him to cool down after a few days but the thought had become an obsession for him. Without a satisfactory response to his persistent demand he became reclusive.

After returning from school he would go away into his room straight away. The maid would serve him snacks in the room. If Kammo asked him about how his day at the school went, he would give monosyllabic replies. He stopped playing with Veena and came to the dining table only after repeated summons. His grades in the school started falling and the teachers complained about his absent-mindedness. Finally, fed up with him, Shyam asked him if he would like to go to a boarding school. 'Yes.' he said excitedly.

Shyam got him admitted to a reputed public school. Karan did not come home during holidays. Instead he would go on trips arranged by the school. Whenever his family visited him, he did not show any excitement. However, he did well in his studies and got a scholarship to go to college. In the college he changed his name to Arjun without informing his parents. He graduated, securing first position in the university. He did not inform his parents about his result and they did not come to know about it because of the change of his name. Kammo and Shyam waited for him but in vain.

One day they received a letter:

> 'Dear Mom & Dad,
> I am all right. I am going somewhere and will not be in touch with you. Don't panic or get upset. Don't report to police. You will hear from me at the proper time.
> Karan.'

Both Kammo and Shyam were intrigued by the letter. What was he up to? Nothing criminal they hoped. They did not tell anything to Veena. They suffered alone, and together. Veena asked about her brother off and on. She was told that Karan had gone somewhere for a long time.

Five more years passed without any news from Karan. Shyam and Kammo had given up on him as dead. But his memory was a pain they had to bear daily.

One day the doorbell rang and Veena went to open the door. A fair bearded man wearing dark glasses stood there. 'Hi Veena,' he said and stepped forward. Veena panicked but after a few seconds recognised the face behind the beard and dark glasses.

'Karan!' she shouted.

'No, I am Arjun,' the man replied solemnly.

'Oh! Come on, don't play tricks,' Veena said hugging him. Then she pulled him inside the house and shouted, 'Mama, Papa, look who is here.'

Both parents took some time to recognise their son. When they did, they hugged and kissed him endlessly.

'What happened? Where did you disappear?' asked Kammo and before Karan could reply, Shyam added, 'We thought you were...'

'Dead?' Karan said, 'Yes Karan is dead. I am Arjun.'

'What nonsense?' Kammo said, 'You are our dear Karan. Don't make us suffer more. Why did you do all that?'

'No, I am serious. If you persist in calling me Karan, I will go away.'

'OK. You are Arjun. Now tell us your story.'

He resumed with a smile, 'A week after I stood first in the university, I got an offer of a fellowship with full fare from Harvard. As advised, I contacted the US Embassy in Delhi. They gave me a visa and a ticket. I joined the medical school in Harvard. I had changed my name while in college in India. That is why you did not know when I topped in the university. 'What you did not tell me about Karan, my teacher and grandma did. One evening soon before dying, she said, 'I cannot face the

Creator without telling you the truth. You are an orphan. Your parents picked you up and brought you home."

'But I was angry with you for giving me a name which was given to a forsaken son by a virgin mother. Hence the change in name. After that, I felt normal.'

Kammo, Shyam and Veena heard Karan's story with tears in their eyes.

'My son,' Kammo said embracing Arjun, 'We made you suffer so much unknowingly!'

'It was my destiny.'

'Silly boy,' Shyam said patting him, 'Did you find a Grace in Harvard?'

'How did you know?' Arjun said. 'She is in the hotel. I'll go and fetch her.'

'No,' said Kammo. 'We will all go to bring her home.'

At the hotel they talked and talked. Arjun's "Grace" was Katy. She seemed to know everything about them.

'Where did you meet?' asked Kammo.

'At Harvard of course. We were classmates at the medical school.'

'So, both of you are doctors?' Shyam asked proudly.

'No, we still have two years of internship left.'

'And after that?' Kammo asked.

Shyam answered for Arjun and Katy, 'Of course they will practise there and earn a lot of money.'

'No, Dad, we will come to India and practise in a rural area. We will also set up a school for orphans and turn every Karan into an Arjun.'

Kammo embraced Arjun and Katy together and wept out of sheer joy. She managed to say, 'Oh! My son, you make us proud.'

***

VII

Billu completed his course on film making in New York while Madhu did a course in creative writing so that together they could make films on their own. Billu got opportunities to work for some American film directors while Madhu worked in the editorial team of a film company. That gave them confidence to write scripts and direct their own films. But the production part was problem. It required considerable funds to produce a film. A television channel commissioned them to do a documentary on India. That gave them an opportunity to visit India.

Everyone in the family asked them about their plans. Madhu replied that they were keen to come back and probably would do so after a year or so.

'After my death,' Shanti sighed.

'You still have many years to live,' said Madhu by way of reassurance.

'That is what every old person is told,' Shanti replied adding, 'I wanted to die when all my sons and daughter are with me.'

'OK,' joked Billu, 'wait for two years.'

Kammo and Shyam had flown down to Delhi to meet Billu and Madhu since they could not visit them due to lack of time. They celebrated their reunion by arranging a party and invited some of their old friends.

There were a lot of hugging and backslapping in the party. Shanti retired early from the party which went on till midnight. After all the guests had gone away, a servant came and told Ajit that Shanti wanted all of them to meet her. Ajit, Kumar, Kammo and Billu went to her to see if everything was okay. Shanti asked Ajit to get her a glass of water. He rushed out and brought her one. Then he helped Shanti to get up and sat behind her to support her fragile body. Shanti took a sip from the glass held by Ajit. Then she looked at her children, gave them a weak smile and slumped on Ajit's chest.

***

Kumar took advantage of Billu and Madhu's visit and consulted them about Rishi who was keen on following their example to go to US to learn film making. Billu advised Rishi against his plan. Instead, he said that it was better to learn the craft by the hands-on method. 'I know some good directors in Mumbai and can get you placed with one of them. You will master every aspect of film making in less than two years. You can also expect to get a break in India. I have learnt the hard way that you cannot do so in America. You will always remain an assistant to an assistant—the sort whose name appears at the bottom of the list that scrolls down at the end of a film. Nobody will notice you.'

Rishi's face fell. Ajit said if he wanted to go and see America that was another thing. 'After that, come back and follow Billu's advice.'

Billu added, 'By the time you finish your internship in Mumbai, Madhu and I will be back and maybe we can start our own production unit together.'

That seemed to make sense to Kumar. Willy-nilly Rishi submitted. Billu had him placed as an understudy with his old friend Raj who was a well-known film director in Mumbai.

Billu admitted his son Tej Kumar to St. Stephen's College in Delhi.

Billu and Madhu's documentary on India won an award and was shown in film festivals in different parts of the world. The exposure fetched him another assignment from the Discovery Channel. Billu was happy with his success and thought he could get work from anywhere and decided to return to India after completing his assignment.

He set up his own production unit. Madhu worked hard and produced a script for a low budget film which Billu wanted to produce and direct.

Billu went around trying to sell the script to some producer. Finally, he was able to find someone in Mumbai to finance his film. He went to Mumbai to finalize the details of the contract. He took that opportunity to check on Rishi's progress. To his shock, he found him hanging around without doing anything. Rishi seemed to have been taken in by the false glamour of the film industry and was hoping to of becoming a hero. One of the film personalities whom he happened to run into remarked casually, 'I say young man, you are quite a handsome fellow. Why don't you try acting instead of handling cameras and arranging sets? I'll try to help you to find a footing.'

Rishi took that casual remark to heart and gave up the work he was doing—learning the ropes of film production. Instead he started trying to meet the studio heads for some opening. He waited for hours outside various offices but to no avail. Even the security guards started refusing to let him in. When he managed to reach the reception, he was told that the boss was too busy to meet anyone. The streets of Mumbai were littered with future heroes and heroines. Most ended up as 'extras' and kept having their pipe dreams.

Billu found Rishi steeped in frustration. He was doing nothing but waiting for the call that always eluded him.

'I have been promised a role by many directors and one of these days, I will definitely get a call. You wait and see when I appear on the big screen.'

Billu could smell alcohol in his breath. He looked sick. He spoke to Kumar and narrated Rishi's plight in details. Kumar asked Billu to bring him back. Rishi however, refused to leave Mumbai. 'I can't leave and lose the opportunity of a break under one of the big banners.'

Billu tried another tack. He told Rishi that his father was not well. 'In fact,' he added, 'his condition is not good.' Rishi replied without any concern, 'What can I do to improve his condition? There must be good doctors in Delhi.'

'He needs to see you badly my boy, come along with me.'

'No, uncle. I cannot leave now. Suppose they call me and I am not there. It is a matter of my future.'

'Don't be a fool. They are giving you false hopes.'

'You don't know, uncle,' Rishi lowered his voice, as if speaking in a confidential tone. 'My girlfriend is the daughter of my former boss, a famous director. She said she has already spoken to him.'

'Rishi, my dear boy,' Billu reasoned with him, 'no sensible girl will ever want her boyfriend to become an actor.'

'Why do you say that?'

'The day he becomes a hero he would be lost to her. She knows the film industry inside out. She knows well that innumerable women would be dying to sleep with a film hero.'

'Oh! Come on Uncle, you cannot fool me with such talk.'

'Okay. You say your girlfriend is Raj's daughter? Let me check with him. Come to my hotel in the evening today.'

Rishi did as he was told.

Billu said, 'I am going to call him now. You pick up the receiver on the parallel line in the bed room. Don't say anything. Just listen, ok?'

Raj came on the line. Billu signalled to Rishi to go to the bedroom and listen. 'Oye Raj,' Billu said in the back-slapping manner of old buddies, 'How are things?'

'Oye Billu, so glad to hear from you. Where are you?'

'In your city.'

'Why did you not come and stay with us?'

'Sorry, yaar, I was here on a short, urgent trip and so stayed near the airport to save time. I will be coming often now and so shall stay with you. Thanks. I rang up just to say hello and to check up about my nephew, Rishi. How is he doing?'

'Oh, that boy, your nephew. He was doing very well with me, learning the craft of film making. Then, I don't know, suddenly he was bitten by the bug of acting, of becoming a hero. I told him to first finish his internship with me. I could help him later. Thereafter he stopped coming to my studio. Frankly, he has no talent for acting. Now, he is chasing my daughter. We have already fixed her marriage but she does not know how to shake him off. I learn, he is not in good shape. Between you and me, he took some money from my daughter as well…'

'Oh! How much was that? I'll clear it.'

'Forget yaar, I mentioned that only so that you know how things are going with him. Get hold of him and take him out of this city before it ruins him.'

The conversation was over. Rishi staggered out of the bedroom, weeping like a child, 'Uncle you were right. I don't know when I started chasing shadows instead of my dreams. Save me.'

Billu consoled him. 'You, silly boy! Nothing is lost yet. Go and pack up. We will fly home tomorrow. Ah, by the way, do you need some money?'

'For my rent and some small debts here and there,' Rishi said, lowering his eyes.

Billu took out a bundle of currency notes from his briefcase and handed over Rs 10,000 to him. 'Will this do?'

'Yes, uncle. I will return the balance to you.'

'Be here by lunch tomorrow. We will take the evening flight.'

Rishi did not come by lunch time. Billu had half-feared it. He therefore rushed to Rishi's place. He saw quite a crowd surrounding Rishi. Rishi was relieved to see Billu. 'What is the matter?' asked Billu. 'The landlord is refusing to return my deposit of three months' rent. Besides, these people are asking for money before they let me go,' Rishi said. Billu went inside a shop and rang up his friend Raj. He told him the story and asked him if he could help. 'Don't worry. I will speak to the chief of police. He is a friend of mine. Be there and wait for help.'

Within a few minutes a police officer arrived at the spot. The crowd melted away on seeing him. The officer summoned the landlord and asked him why he was not paying back the deposit. The landlord mumbled something and said he did not know that the police officer was interested in the case. He asked one of his assistants to bring Rs 45,000 and paid the amount to Rishi.

Thereafter Rishi said he wanted to meet his girlfriend before leaving. The story of her impending marriage was not true. 'There is no time for such courtesies,' Billu snubbed him. 'Either you come with me now or stay in this fancy world of yours.' Rishi did not have courage to defy his uncle. The police officer also urged them to hurry because he had other matters to attend to. Reluctantly, Rishi picked up his bags and loaded them into the taxi. They just made it in time to catch the flight.

Kavita and Kumar were shocked to see Rishi's condition. Billu pulled Kumar aside and told him to take Rishi for a thorough medical check-up and make sure that he does not go out for a drink. 'He may be an addict already.'

The doctor at the hospital was Kumar's friend. He advised him to admit Rishi for a few days for detoxification and observation.

A fortnight later Rishi was discharged from the hospital. The physician advised good nourishing diet and plenty of exercises. Also, he added that Rishi was allergic to alcohol and should stay from the bottle.

Two months later Rishi joined Billu as his assistant. They went around looking for new sites for shooting Billu's next documentary. They were also doing groundwork for the full-length feature film already finalized with a producer.

Rishi remained in touch with his girlfriend, Neeti. Prodded by Rishi, Billu rang up her father, Raj and asked whether he would consider Rishi for Neeti, 'He is now absolutely okay and is working with me.' Raj said he would speak with Neeti. 'From my side I will be happy to have a relationship with you and your family.' Rishi beamed after coming to know about the response by Neeti's father.

Kavita was grateful to Billu for reclaiming Rishi from the quicksand of Mumbai's film world. However, she did not like Rishi's decision to continue working for Billu. She started to badger him to quit the uncertain career of film making and join the family firm. She kept on nagging both Kumar and Rishi relentlessly, though they rebuffed her on every occasion. She was jealous of Billu and Madhu's happy life and complained to

Kumar that they had spoilt Rishi by encouraging him to follow their example.

'Rishi wanted to go into film making,' Kumar said. 'Nobody enticed or lured him. It was his own decision. Billu only helped him.'

'Billu was always his role model. It happens with young boys. He was led into emulating Billu,' Shanti said.

'That's life. He can always change his mind. Right now, we should support him.'

'I don't agree. But I cannot fight the conspiracy either,' Kavita walked away with her cutting remark.

There were no more candles left inside Kumar's head which could be snuffed out. He swallowed the poison of her remark. Kavita did not give up with Rishi and continued her attempts to pull him out without success. 'Why are you running around with this uncertain job? You can be a manager in the family's company and then gradually rise to the top. Who else is there after your father to take care of the company?'

'I am not cut out for that dull job. You just wait and see. I will rise to the top one day.' And then added, 'Remember, you were always against the joint family system. Now you want to trap me in the same mire.'

Kavita was surprised when Rishi hurled back her own words at her. 'But how do you know? You were not yet born.'

'Children have their own way of finding out.'

'The two things are different. However, you cannot rise under Billu. You don't know your uncle and aunt.'

'No, Mom, I love them and they love me. I like their company and the work we are doing together. You please leave me alone and don't stand in the way of my career and ambition.'

Kavita gave up after Rishi's rebuff. She also softened towards Billu and Madhu.

***

Ajit and Grace were excited when their children came to India for a holiday. They both showed great interest in Billu's venture of film-making. They often joined the crew on their shooting trips. They had eager questions for Madhu and asked if they too could join his company. Billu told them to finish their college first and then seek their parents' permission. 'I already stand accused of leading Rishi astray,' Billu added mischievously.

'That is not true,' clarified Rishi, 'In fact. I am grateful to you for taking me under your wings.'

The film, a collaborative effort by Billu, Madhu and Rishi, turned out to be a great success. It won the National Award in the Best Film category and was chosen as India's entry to an international film festival. Rishi's name was displayed boldly on the screen as 'Assistant Director.' The entire family attended the screening of the film at the international festival. Thereafter, Ajit's family went to Sacramento. From there they drove all the way to New Mexico, a trip Ajit had always wanted to make to study the Spanish influence in that part of the United States. Ajit and Grace returned after their children went back to college.

After a few days Ajit decided to make a pilgrimage to Kailash-Mansarovar. During summer every year the Chinese government permitted a fixed number of Indians to perform the pilgrimage after the rigorous screening of their antecedents. They refused permission to Grace because she was an American citizen. Ajit decided to drop out as well but Grace insisted that he should go ahead. In the meantime she could visit Yamunotri, the spot where the river Yamuna originated. Kavita also joined Grace.

Kailash is located in Western Tibet and according to Hindu mythology, is the abode of the God Shiva. Located at an altitude of 15,000 feet, it is the highest fresh water lake in the world. It is considered to be the most arduous pilgrimage sites for Hindus. Ajit had nursed the ambition of making the trip since childhood. The trek along with the extreme cold temperature was fraught with unforeseen dangers. Ajit joined a group of 15 men and three women. Having completed a round of the lake, they were on their way back to the camp when they were overtaken by a blinding blizzard. With great difficulty they made their way to the camp when suddenly someone said one of the women was missing. Thereupon Ajit turned back to help her. He spotted her from a few feet. As he went towards her, he suddenly felt a thud against his body and fell on the ground. When the weather improved a little, Chinese scouts went in search of the duo but their bodies were never found.

Grace took the death stoically. She just said that Ajit must have gone straight to heaven. Her children asked her whether she would like to go back to the US. Grace replied that she could not leave her home. She would die in India whenever her time was up.

***

VIII

Kumar had never seen a couple so devoted to each other as Ajit and Grace. He wondered whether they had ever quarrelled. One day he asked Grace. She said they did before marriage. But once they were married, there was always peace between them.

'Have you ever told Kavita about it?'

'No. She has never asked. But she knows. She has seen that.'

'Strange,' wondered Kumar. 'You are from another planet. You should give talks to couples. The whole city would throng to listen to you.'

'I know nothing about counselling couples.'

'Who better than you to do that?'

Grace was quiet for a few minutes. Then she asked Kumar, 'Have you ever quarrelled with God?'

'No,' said a bewildered Kumar, 'Not really.'

'Have you always been happy with him?'

'No. Sometimes I feel very unhappy with him. But quarrel? Never.'

'Why?'

'I am afraid he will become angry with me and punish me for my insolence.'

'Apply this to your relationship with Kavita,' Grace said.

'But she is not God,' said Kumar.

'Then become detached from your own ego.'

'You are suggesting a steep uphill climb for me.'

'No,' said Grace softly, 'it is very easy. Or, divorce her.' She smiled as she said that.

'I would,' Kumar said and was about to say, 'Then will you marry me?' But he smothered the sinful thought. He thought of the custom in Punjab according to which if an older brother dies, the younger brother marries his widow by putting a *chadar* (sheet) on her.

Grace who also knew about that custom said mischievously, 'Are you thinking of putting a chadar on me?' Kumar smiled bashfully and did not say anything.

'I am not available for that,' said Grace and added dismissively, 'Go, take a walk.'

'Alone?'

'Yes, walking alone is mobile meditation. A silent dialogue with God.'

'I have had walks like that and felt more miserable when I saw other houses which seemed so happy.'

'Don't look at other houses. Do not compare. Just be yourself. Good luck!'

Kumar turned back sheepishly. As he was getting out of the house, Kavita accosted him and enquired, 'What *gyan* were you getting from Grace?'

Kumar ignored the jibe and simply said, 'I am going out for a walk. And maybe, I will have a haircut too.'

'Are you going to be back in time for dinner?'

'Of course, otherwise who is going to feed me?'

'Gurudwaras are always open to all. And you can always afford to go to any restaurant.'

'If you so wish, I'll do so.'

'No, I said that because I feel like eating out.'

'We can decide on that after I return.'

After his walk Kumar went for his haircut. It was an upscale unisex salon, and the family's hair specialist was a young man called Rashid. As soon as Kumar entered the salon, Rashid got up to greet him.

Kumar looked around before he settled down in his seat. He saw three women having beauty treatments and two men having haircut. It was almost closing time for the salon. Rashid started the usual chitchat while snipping off the Kumar's hair. Kumar always liked to hear Rashid's gossip. He was in the middle of his hair cut when Rashid abruptly stopped talking and tried to look busy. 'What happened?' asked Kumar.

Rashid pointed to the glass sliding door at the entrance and whispered 'Madam is coming.'

'Which Madam?' Kumar asked as he glanced towards the door. An elegant, middle-aged woman entered the hall, looked around and made for the door at the far end of the hall and disappeared behind it.

Rashid whispered to Kumar, 'Our Madam, Sir. The owner of the salon. She comes before we close for the day.' Kumar looked at her through the large mirror in front of him. He could see her face when she glanced towards his row of seats. It was a striking face. Kumar asked Rashid, 'What is her name?' Rashid replied, 'I think it is Mrs Sahni. She never talks to anyone except the receptionist. She calls her to her office and checks the accounts. A man from the bank comes and takes all the cash.' Kumar lost interest in the details Rashid was giving him now. He was back home in time for dinner.

***

Rishi and Neeti had gone steady and a wedding was planned soon. One evening as Rishi was returning from an errand, a speeding car hit him. He sustained serious injuries including a fracture of the right femur.

Neeti flew down to Delhi and met Rishi just after he was shifted from ICU to a room in the hospital for post-operative care. The surgeon said Rishi would need up to six months to recover. After sometime in the hospital Rishi was sent home. A physiotherapist came every day to help him regain some mobility. When he went back for a check-up the surgeon found a limp in his walk. He told the family that Rishi would retain the limp unless they did another surgery. Even then there was no guarantee that he would be able to walk normally.

The whole family was depressed at the surgeon's pronouncement. Kumar asked him if they should take Rishi to the US for treatment. The surgeon, however, was not very hopeful. He said that he had himself practised there for many years, but Rishi's case was different. Rishi wrote a long letter to Neeti that in view of the changed circumstances, their relationship was off. She was at liberty to look for another man.

In reply Neeti flew down from Mumbai again and declared to Rishi and his family, 'I shall not withdraw from my commitment. This accident could have happened after our marriage. It is not your fault. Limp or no limp, I will marry only you.'

Kumar said, 'We will send him to US and then you can decide on his return.'

Neeti said she would like the marriage performed right away and then if necessary, she would go with Rishi to the US. Neeti dismissed all advice against her decision to marry Rishi.

The marriage was performed at a grand scale after which the couple went to US for honeymoon. Neeti convinced Rishi that the limp was negligible and appeared more like a deliberate style of walking than of a physical disability.

This boosted Rishi's self-confidence. 'Look,' Neeti told him, 'everybody is looking at your handsome face and not at your limp. It is not there. Forget about it.'

They returned after a month without the operation. Everyone loved Neeti for her cheerful disposition. She lifted the mood of the family. She organised picnics and outings in which the entire extended family participated. She became a member of the staff of Billu's production company since she had done a course in editing. It was due to her father's standing and connections in the film industry that Billu's company also started getting assignments. Meanwhile Rishi started directing films independently. The arrangement was good and Madhu and Neeti enjoyed working with each other. Both could also work with their respective spouses and often travelled with them most of the times.

Both Kumar and Kavita agreed on one point during the whole of their married life—that Neeti was a good addition to the family. She was at home with such diverse characters as Grace and Kavita. At times the three of them went together to Amritsar which Grace frequented as an honorary advisor to the Golden Temple authorities. They also visited places like Auroville which nobody had thought of earlier. Wherever, Neeti travelled with the film crew she always bought gifts for Kavita and Grace. If Kavita was ever alone and downcast, Neeti cheered her up. Sometimes she pulled her out of her room to see a film or visit some friend of Kavita. She found a thousand ways to make Kavita smile or laugh. That made Kavita often introspect and feel that she had not been fair to her mother-in-law Shanti and regretted that. She often told Neeti she was too good a daughter-in-law. But she never admitted to Kumar that she had been unkind to his mother. In his presence she took the line that Neeti was good to her because she, in turn, was good to her. Kumar waited for the day when Kavita would say something by way of regret for her treatment of Shanti.

He never got it. That made him angry with Kavita but he tried not to show it. He had his own way of getting even with her.

***

One evening, Kavita told Kumar, 'We have been invited to a party on coming Saturday.'

'Where?'

'Sheila Sahni is celebrating the fifth anniversary of her salon and the opening of a new branch.'

'I can't be going to such parties.'

'No, we have to. She is a good friend of mine. She has invited a few prominent clients of hers.'

'Will she give us a free haircut?'

'You and your jokes.'

At the party, Kavita introduced Kumar proudly to the hostess, 'My husband, Kumar.'

As they shook hands, Kumar felt a current pass through him. He did not tell her that he had seen her before.

Sheila was circulating amongst the guests asking them if they were being looked after. She came to Kumar when Kavita was in a different corner of the hall.

Kumar noticed a small scar below Sheila's lower lip. It was an old cut that had fully healed. It lent a strange fascination to her lower lip. Kumar felt a sudden urge to kiss her.

'Hope you are being looked after,' Sheila asked him.

'Yes, thank you...' and after a pause Kumar heard himself asking her, 'Has someone ever asked you...?' Kumar let the incomplete question dangle in the air.

'Ask what?' The question had incited Sheila's curiosity. Kumar noticed someone approaching them.

Sheila asked again, 'Ask what?'

Kumar said, 'Some other time,' and turned to the intruder to shake his hand.

For his next fortnightly haircut Kumar went to the salon late evening just before it was about to close.

'Just give me a quick trim,' he asked Rashid.

As if on cue, Sheila entered a few minutes later. She saw him and waved 'Hi!' to him.

Kumar smiled and waved back to her through the mirror. As he was about to finish, a boy came and told Kumar that Madam requested him to come to her office.

As Kumar entered her room, she got up, shook his hand, and asked him, 'You have to complete your question.'

'What question?'

'Has someone ever asked you...?'

'Oh! You have a good memory.'

'No, the question. Please complete it.'

'Has someone ever asked you ... that he wanted to kiss you below your lower lip?'

'Strange! No, not even my husband.'

'You know. Looking at your lip, one feels basorexic.'

'What does that mean?'

'A sudden urge to kiss someone.'

'Do you feel that now?' Sheila asked. And as she went around the table to his side, she raised her face in a defiant stance.

'Yes,' said Kumar and took her in his arms and planted a soft kiss on the scar below her lip. She put her arms around his neck and responded with a vigorous kiss. A shower of kisses followed on both sides. Suddenly, Sheila gathered herself. 'Time to settle the day's accounts.'

She pressed the buzzer as she gave Kumar her visiting card. 'See you,' and as the receptionist knocked and entered the room, Kumar said good-bye and went out.

Two days later, Sheila rang up Kumar at his office.

'You have an urgent meeting.'

'What meeting? Where?'

'Ashoka Hotel. Room No. 203 at 3:30 pm.'

They met like long lost friends. They tore into each other like hungry wolves. They discovered each other pore by pore.

Again, and again Kumar turned to the scar below her lower lip.

Sheila said in sheer abandon, 'I never knew the cut I suffered in my childhood would become my prize attraction.'

'I could live my whole life seeing that every day,' said Kumar. Sheila felt a frisson run through her body, as never before.' She embraced him seeking protection and fulfilment. Then, they lay side by side and talked.

'Are you single?' Kumar asked Sheila.

'Yes.'

'Never married?'

'He died,' and after a pause, added, 'He was a rogue. He died of a heart attack five years ago in the arms of a dancing girl. He never loved me. It was a miserable existence.'

'What did he do?'

'He was an Indian Air Force officer. He flew planes and when on ground he drank and philandered openly.'

'Oh! What a pity!'

'This is my revenge against him—meeting you and taking an instant liking.'

'I thought I was stricken.'

'I certainly was. By your eyes. The way you looked invitingly at me.'

'But many men must have looked at you longingly.'

'Lustfully, yes. But not with the tenderness you did.'

Kumar looked at his watch. 'Time to go,' he suddenly said.

'No, you are not. Throw away the watch.'

'That won't do. You have to *stop* the march of Time,' Kumar said as he got up.

'We will banish it altogether, you and me.'

'Yes, we will but not today.'

It was risky for them to meet in Delhi. All places had people who might know one or the other. They chalked out a plan. Whenever Kumar went on his tour to different cities, he would let Sheila know well in advance. Sheila would fly there, take a room in a hotel and wait for him. That way they were able to meet two or three times a month and spend a night or two together. Kumar and Sheila felt they had known each other for centuries. There were no secrets they did not share with each other. One day Sheila asked, 'Don't you feel guilty for being unfaithful to your wife?'

'No. These are my acts of revenge against her. She has let me down hundreds of times.'

'Why didn't you divorce her then?'

'Out of sheer cowardice—and pity. Also, dreading of the mess it would create all around.'

Sheila heard it and was quiet for a few moments. Then she said, 'The time has come. I must have you, the whole of you and forever, at any cost.'

'You have me, more than her.'

'That is not enough. I have you in driblets like a weekly dole. I want to live with you and show you what happiness is.'

'I can imagine that.'

'You can't. Every time we separate, I go back to an empty house. Nobody is there. It is terrible to be alone.'

Kumar felt bad for her.

Whenever he would get up to go, she said, 'I don't like you going away.'

'You like my coming?'

'Yes. Very much.'

'But if I don't go, how can I come?'

'Don't quibble. Don't play games with me.'

***

IX

Arjun and Katy's hospital at the village Kondalpalle near Hyderabad proved to be a great success. It attracted international attention and donations from the country and abroad started pouring in. After a few years, they added a full-fledged school. Arjun's two children, a son named Surya and a daughter, Usha also studied in that school. The grand children were magnets which drew Kammo and Shyam every weekend to them. The health and literacy mission improved the village radically. The state government selected it as a model village.

Katy, curious about the ways of Indian women, would often press Kammo to talk about her childhood and growing up days. She even dragged Arjun who would reply, 'I know her stories. You carry on.'

'You don't know anything, son,' Kammo interjected one day.

Arjun perked up and said, 'Is there anything you have hidden from me?' 'Yes,' Kammo said, 'Come if you want to know.'

Arjun came and sat near her feet, massaging them lightly. 'Arjun came and sat near her fdid *not* tell me so far.' Kamala then narrated the good days she had had as child in Lahore.

Arjun interrupted her, 'That I know. And then you came to India in 1947.'

'No, I didn't. I could not come with the family. I was kidnapped.'

'Is that so?' 'Yes.' Kammo wiped her tears and narrated how she was abducted and married to a Muslim.

'Married?' asked a stunned Arjun. 'Yes,' and Kammo told them of how she was forcibly rescued and brought to Delhi. She paused for a while and started sobbing. Katy started massaging her back.

Amidst her sobs she told them how she was spurned by her father and how it tore the family apart before their final reconciliation. By the time she finished both Arjun and Katy had tears in their eyes.

Then she added, 'I was lucky. There are hundreds of women still living in those government-run homes for women like me.'

'Oh, my God! Is that so? Can we visit them?'

'Next time we visit Delhi, I shall take you to the 'home' where I had stayed after I was spurned by my father in India. 'Mummy,' said Arjun, 'you are great. Unknowingly, I hurt you so much. Please forgive me. I admire you.'

Katy added, 'Maybe we should set up a 'home' for such women here.'

'What can a 'home' do for those wretched creatures? Those who were abducted and married to their abductors; then forcibly 'recovered' to be restored to their parents who refused to accept them? They were rehabilitated in homes to live a life of enforced celibacy—a life against nature. They were destined to a life without any mirth of family—husband and children. They do not experience childbirth, nurturing children, laughing, crying, bickering, singing and dancing, hearing and telling their stories. Those women live in a false paradise of prayer, work, sermon, wearing no colour except white. Of never seeing a man except the old gate keeper, or a boy who runs errands for the home.' Kammo again wiped her tears before she resumed, 'They don't live in the normal world—those living corpses. I was lucky, thanks to my mother and brothers. I suffered only a glimpse of that life.'

His eyes moist, Arjun changed the subject. He asked his mother, 'But why doesn't Veena come here with you? We have invited her so many times.'

'I don't know, Arjun. Just as I don't know why you cut us off for so many years. I guess there must be something wrong with us.'

'Or with us—Katy and me,' added Arjun.

'Why don't you check with her?' Kammo asked.

Katy offered to do so during her next visit to Hyderabad. Katy talked to Veena for a long time but Veena did not open up. She was too busy with her studies. Just as Katy was about to give up, Veena said, 'Can I speak to you in confidence?'

'Of course, darling. You can trust me.'

'I am gay,' Veena muttered and waited apprehensively for Katy's response to her confession. She feared Katy would rebuke her and advise her to change her ways. Or just walk away quietly, abandon her.

'Oh! Is that what is bothering you?'

'Yes. And I am in relationship with a girl.'

'Perfectly understandable.'

'In India it is not. We can't stay together openly.'

'May I take it up with your parents?'

'I leave it to your judgement.'

Shyam called Veena and asked her, 'Why did you suffer so long keeping this secret? That is something over which you have no control. Be happy and enjoy life the way you wish to.'

Kammo was taken aback by the disclosure. She hesitated for just a second extra before rising and went to hug and kiss Veena. Veena could gauge the subtle difference in the reaction of her father, and her mother. However, both Shyam and Kammo were quick to jointly reassure Veena that they were all right with her sexual orientation.

However, after the disclosure, Veena became bubbly and chirpy once more. She asked if she could set up home with her companion. Then she dropped a bomb, 'Will you marry me to her?'

'If *you* do not have a problem, we would be okay with it,' said Shyam. However, Kammo warned against flaunting the relationship. In India the general mindset was against gays. 'It may hurt you whenever you wish to do business or try for a job,' she said.

Veena invited her partner for a dinner with the family.

In the meantime, Shyam had been selected for a job in the United Nations and was posted in Geneva. Every summer his children and grandchildren would visit Shyam and Kammo, and together they would travel to Europe or Africa. One day, while visiting Cordoba in Spain, Shyam excused himself from joining the family for the visit to the local museum. The entire family insisted on his going with them but he said he did not feel up to it. Kammo too offered to drop out to keep him company. Shyam said there was no need to make unnecessary fuss and upset the family's programme. So, the family went ahead leaving Shyam behind in his room.

Kammo felt tired after touring a part of the museum. She sat down on one of the wooden benches and asked the rest of the members to go ahead. 'I shall rest here and you pick me up on your way out,'

She sat down, opened the bottle of water and started sipping it. As she was half-way through trying to overcome her fatigue, she saw a man on a wheel chair approaching her. 'Excuse me, Madam. Are you Kamla?' Despite the passage of years, it took Kamla only an instant to recognise the face. 'It took She instinctively got up and hugged him. 'My God! You here! Why are you in a wheel chair?'

'I had an accident, twenty years ago. Lost both my legs. I am paying for my sins.'

'What sins, Hameed?'

'Forcing a marriage on you.'

'But you saved me from the abductors.'

'Only to get you for myself.'

'You did make an attempt to locate my family.'

'All the time we knew your family was staying at the Police Lines and did not let you contact the police. Also, we got the advertisement published after your family had left Lahore. I did all that to leave you with no escape route. It was really a criminal conspiracy.'

Kammo kept quiet. She wiped her tears as Hameed added, 'I had loved you from a distance for a long time. But I knew I would not get you. The riots gave me a chance.'

'Oh! This wretched kismet,' Kammo managed to say.

'But I kept a tab on you. I was hoping that your family would reject you and allow me to bring you back. I knew you had gone to a rescue home. But...'

'How did you know all this about me?'

'My innocent Kammo!' Hameed gave a wan smile—and a senior officer of the Pakistan embassy in New Delhi who was a friend of mine. That is the sort of things embassies do best.'

'And what about your family? How many children do you have?'

'I never married. After you, Kammo I could not think of any other woman.'

'Oh Hameed! What happened to my son whom you kept back?' Kammo sobbed.

'Can't you recognize him?'

Kammo turned to look at the young, handsome man behind the wheel chair and smothered him with kisses. Oh, my first born!'

'We named him Kamil—after your name,' Hameed said.

Kammo's children returned and saw her engaged in conversation with a stranger. Kammo introduced Hameed as her first husband and Kamil as 'my first son' to her children. They were all shocked to hear about Kammo's declaration. 'Son! You never told us about him before,' said Arjun.

I did not know that he was alive. He was only two months old when I was dragged away from him. The police had instructions only to rescue women. He was sleeping quietly when I was taken away.

Everybody invited Hameed and Kamil to dinner with the family.

Hameed thanked them and said that they were staying in the same hotel and would meet, 'but no dinner.'

They returned to the hotel, exhausted but excited. Arjun's children were full of stories for their grandfather. They ran out of the cab and rang the bell of Shyam's room. There was no reply. The manager came running to them and said the gentleman was not feeling well and so had been rushed to the nearby hospital.

A member of the staff took them to the hospital.

'We were waiting for you,' the doctor said. 'The patient suffered a severe heart attack before he was rushed here. I am sorry we could not save him.'

***

The mourning family flew back to Hyderabad along with Shyam's body. There was a large gathering outside the airport. 'Some VIP must be coming,' murmured Kammo. 'I am afraid our exit will be delayed,' she said to Arjun.

A government car was parked on the airport tarmac close to the plane. As Kammo stepped down from the gangway, a man came out of the car and greeted Kammo, 'Madam, I am Siva Rao, the dalit man whom Shyam sir made share his meal with in my village Pippalwada. Thanks to him, I am now the Home Minister of the state. I am so saddened at his death. All these people outside have come to receive his body. The government has decided to honour his memory by according him a state funeral. Please get into my car. There is another car for your family.'

A cortege decked in garlands of flowers carried Shyam's body. The large crowd followed the car shouting deafening slogans of 'Shyam is immortal.' Kammo broke into sobs as she had when she first saw Shyam lying lifeless in the hospital.

***

X

Kumar's daughter, Nidhi, turned out to be a bright and beautiful girl. As a child she displayed a natural talent for singing and dancing. Kumar and Kavita encouraged her and engaged a private tutor for teaching her music. When she was old enough, she became a disciple of one of the famous classical singers of the day. She did exceptionally well in studies as well. After graduation she started appearing on stage in musical performances, along with her guru. When she was not singing, she was dancing. She was popular in the university and had many admirers though not many close friends. One day after a stage performance, a young handsome man came backstage to compliment her. He introduced himself as Gajendra Singh, prince of Teesgarh, an erstwhile princely state in Rajasthan. He said he was a music lover and had attended a lot of music recitals. 'Yet, for the first time, sitting among the audience, I felt I was in the presence of a goddess.'

Nidhi blushed at the unexpected compliment.

'That can't be true,' she said self-effacingly.

'Believe me,' he said and added, 'I request you to give a performance at Jaipur. We have a Sangeet Society there and it would arrange every detail—picking you up from Delhi to flying you back. You state your terms and give us any date next month,' he said.

Nidhi asked him to talk to her guru for his decision and terms. Her guru readily accepted the invitation and gave a date late in the following month. The performance at Jaipur was a thundering success. Kumar, Kavita, Rishi and his wife Neeti saw for the first time the accolades and encores which Nidhi received and were thoroughly impressed by her. The next evening, Prince Gajendra Singh organised an exclusive reception at the Jal Mahal—the palace at the centre of a lake. Nidhi was so much taken by the ambience of the island palace that she started singing there on her own. The host had arranged a Rajasthani troupe to sing Rajasthani folk songs. Everyone was enthralled.

A week later, Gajendra Singh and his mother dropped in at Kumar's house and asked for Nidhi's hand. The family could not dream of such an offer and asked for time to consider it.

Nidhi had read of stories of such prince charmings emerging from nowhere and sweeping away maidens in their chariots. She could not believe her luck. Kumar made discreet enquiries about the prince and his family. He was told that it was the first time that anyone from the 'royal' family was going to marry outside the royal Rajput clan. The groom's party came in the 'Palace on Wheels' train and after a befitting wedding and reception, took Nidhi away on the same train.

After an unending round of parties at the haveli of the groom, the couple went on a honeymoon trip to Europe. On return, Nidhi found that Gajendra's widowed mother was just like her mother, Kavita. High-minded and self-willed, she spoke only to hand out decisions and orders. However, the couple stayed in an annexe of the haveli. Their morning began with the couple touching the feet of the *Rajmata*—the queen mother—the title of the old lady, and ended having dinner together. Gajendra Singh had his own cellar and would drink every evening before dinner and sometime after dinner also.

One day Nidhi told Gajendra that she would like to resume singing. 'Forget it darling. You can only sing within the four walls of this haveli and only before female audience.'

'What about my public performances?' Nidhi asked with a shock.

'Out of question. Now you are a Rajput princess. Our traditions do not permit your singing before public.'

'But I cannot live without my daily practice and occasional performances.'

'You can practice at home as much as you like and for your performances you can invite the women in our city.'

'This is like being in a jail.'

'You don't know what jail is,' Gajendra Singh said with a hurt in his voice. Nidhi did not press the matter any further.

Gajendra's routine also began to exasperate Nidhi. He would have his breakfast and then go off in his jeep followed by security guards in trail in another jeep. Sometimes he would not return for a day or so from his shikar parties. Only once he took Nidhi out with him without the knowledge of his mother to give her a first-hand exposure to a shikar trip. It was indeed an exhilarating experience—a picnic in the wilderness. Gajendra handed her an airgun and taught her how to shoot partridges and ducks. They brought the bag home and made a dinner out of it.

One day he told Nidhi that he would be installed as the next Raja of Teesgarh on the evening of the full moon the following month. That would mark the end of two years of official mourning for his father.

'Get ready to be addressed as 'Rani Ji.'

It did not excite Nidhi. She just smiled. As a part of the celebrations of Gajendra's accession to the gaddi, he invited Nidhi's dance guru and his troupe for a musical evening. He wanted it to be a surprise for Nidhi. It was a large gathering to which many Rajput princes and nobles were invited. Gajendra, his mother and Nidhi sat in the middle of the front row. As the musicians settled on the stage Nidhi saw her guru and went to the stage and touched his feet. He blessed her by placing his hand on her head. As the evening progressed the audience got lost in the spell of music.

Suddenly the music stopped and the guru addressed Nidhi, 'My child, won't you come here and sing my favourite song?'

Nidhi got up instinctively, went to the stage and started singing.

She did not realize that it was a serious breach of protocol on her part. A Rajput woman, a rani at that, singing on a public platform! Some guests from amongst the audience got up and left as a mark of protest. When she finished, she was greeted with an applause but Gajendra and his mother did not say a word. They wore sullen faces. Nidhi realised something had gone amiss. Later, at night, when Gajendra and she were alone, he asked her angrily. 'Why did you sing in the public when I had forbidden it.'

Nidhi said innocently, 'How could I disobey my guru?'

'Is Guru more important than your husband?'

'There is no comparison,' Nidhi explained, 'I touch the feet of both.'

Gajendra said in a tone of resignation, 'You have unwittingly embarrassed us greatly.'

'I apologise. I didn't realise that, darling,' Nidhi said.

Next morning when Nidhi went to greet her mother-in-law as usual, the latter withdrew her feet. She said angrily, 'You have cut our nose in Rajasthan. We will be ostracised from the community.'

'I am sorry, respected mother. I did not realise it was such a grave matter. Please forgive me.'

The rajmata did not reply. Instead she told Gajendra, 'I don't know from which kotha you picked up this girl?' Nidhi was cut to the quick. She got up and returned to her annexe and started crying. Gajendra was still angry with Nidhi. He could not bring himself to say any soothing words to her.

Nidhi had become pregnant a few weeks before. She had not told that to Gajendra. Only when her mood swings began to annoy him she told him that such things are common during pregnancy.

A happy Gajendra broke the news to the rajmata. Normally, it would have been a cause for celebration, but the old woman was still fuming at the scandal caused by Nidhi's public performance. She said indifferently, 'She has to deliver a male issue, she should know.'

Gajendra resumed his drinking and shikar parties with his friends. One day Gajendra told Nidhi that he was going for a tiger hunt and so would return a day or so later than usual, 'I will be bringing home a tiger as a gift for the tiger cub you are going to deliver.'

'A tiger or tigress, I don't know.'

'In Rajput royal families the first born must be a son.'

'We will know soon. Take care of yourself, my darling Prince.'

In the jungle, a party of drummers had been doing the 'Haka' that is, beating their drums and metal plates within a radius of a two kilometre from the machan to frighten the animals towards where a bait had been set up. Gajendra Singh and his friends were perched up on the machan waiting for the quarry.

Gajendra fired his shot as soon as he spotted the tiger. It hit the beast in the neck and it slumped to the ground. Gajendra's friend was about to shoot once more but Gajendra held him back. 'I do not want too many holes in the skin.'

They waited for a while to make sure that the tiger was dead. There was no sign of movement from the animal. Gajendra exclaimed triumphantly, 'The king of jungle lying at my feet in a single shot! Now the bastard will hang from the wall of my hall of trophies.' Then he took a swig of whiskey from his hip-bottle, climbed down the machan, and walked confidently towards the bleeding beast. As he bent down to touch it, he sensed that the tiger was still breathing. As he turned back, the tiger sprang on him and mauled him within seconds. Gajendra's friend fired from the machan and it felled the tiger on Gajendra's body, now reduced to lumps of flesh hanging loosely from his frame and steeped in blood. He was rushed to the hospital where nurses dressed up the body. The mourning party drove slowly to the haveli. A howl went up from the mansion followed by piercing wails from all around. Nidhi came out of the annexe to see what the din was all about. As soon as she saw the body, she fainted and fell on the ground. Two female servants rushed to pick her up. The rajmata stopped them and shrieked, 'Damned witch. This singing girl has eaten her husband. *Hey Bhagwan*, why have you taken away my only son?' Then she started beating her breast and wailing. All the women in the haveli followed suit.

Nidhi was terrified by the wails of the women. She started trembling with fear that they would beat her to death, or make her commit sati on Gajendra's pyre. Kumar and Kavita came for the funeral and after the ceremonies were over, they requested the rajmata to let them take Nidhi for her delivery. She shrieked at them, 'Take her away from my sight.'

Nidhi had difficulty in delivering the baby. The doctors decided to go for a caesarean section. It was a still-born male baby.

Kumar informed the rajmata about it over the phone. She said brusquely, 'Your wretched daughter brought misfortune to us. The witch has eaten both her husband and her son. Beware of her shadow.'

Kumar and Rishi wrapped the little body in a white sheet and put it afloat in the river Yamuna. When Nidhi regained her consciousness, she asked to see her child. Kumar told her about the misfortune.

'Where is my son? she shrieked.

'Darling, as per custom we put the body afloat in the river.'

'Why did you do that?' she howled. He was not dead. I could feel him breathing. I still do. You killed my son in your hurry.'

'No darling, it was a still-birth. We all saw the little lifeless body. The doctor certified his death.'

'No, I don't believe anyone. You drowned my little boy.'

They sedated her. She kept on mumbling, 'My son, my tiger.'

It took Nidhi six months of psychiatric counselling to accept the fact of the still birth.

'What do I do now, Papa?' she asked Kumar in exasperation one day.

'My child, you are still very young. Your whole life is ahead of you. Start your life all over again. You can resume your singing. You are still a director of our company. Things will be all right, baby. We are all with you.'

Nidhi burst out crying at these words of consolation. Amidst sobs she said, 'My mother-in-law is right. I am an accursed woman.'

'Do not believe that woman. She is an ignorant, superstitious old witch.' Everybody joined in trying to boost Nidhi's morale.

Then Kumar sought Grace's help. She took her on a trip to the Golden Temple. Nidhi attended the prayers and the keertan after that. The visit and the company of Grace did something to her. She returned as a changed person. A day after that she got up in the morning and asked, 'Where is my Tanpura? I am going to sing again.'

After some time, she got back into her stride. She also opened a school of music.

***

XI

Billu and Madhu's venture of film-making started flourishing in a short time. Rishi and Neeti worked with them and things were working out very well. Billu's son Tej Kumar finished his graduation and it was expected that he would join the family business. However, he shocked his parents by declaring that he wanted to be a singer—a classical singer at that. He had taken music as an additional subject for his graduation course. He told his father that he could be of use to them in handling the music part of the films while pursuing his own line of interest. In spite of repeated coaxing, Billu and Madhu could not make him change his mind.

Tej was mostly in Nidhi's room. He joined her for her practice session early in the morning. Thereafter, both went to the music school. They attended every concert in the city and were often invited to major events in other cities. Nidhi had started performing in public again while Tej was recognized as a rising star. However, Nidhi was somewhat cranky in her behaviour with everyone in the family. They accepted it as a natural outcome of her tragic youth. But she was honey and sugar with Tej and pampered him like her own son.

Sometimes she would open up with Tej about her life as a Rajput wife. Hers had been a life in the prison of orthodoxy and superstition. She shuddered to imagine a life as a widow in the haveli living under the senior widow's watch. She had begun to get bored even with her husband and his obsession with his hunting expeditions. She often sang for him on his request. But it was more like a lullaby to put her drunk husband to sleep.

'It was good in a way to get out of the suffocating life there. But I miss my son. Poor thing, they drowned him.' When she came to the mention her still-born son, she would start sobbing and Tej had to hum a tune to her to bring her back to normalcy.

Grace, Nidhi and Tej made a very happy threesome. Grace had converted one of the rooms into a music room and placed it at the disposal of Nidhi and Tej. She would often come and sit quietly in a corner of the room. There was no furniture in the room. A white sheet covered the wall-to-wall carpet. There were some cushions and bolsters on the floor for anyone coming to listen to their singing.

The family was welcome on condition of complete silence. 'It is our temple,' Tej declared solemnly, 'and our meditation room.' Kavita also started dropping in quietly and sitting there for long spells. Gradually she developed a taste for classical music.

One day, after a public performance by Nidhi and Tej, a young girl walked up to backstage and congratulated Tej on his performance. It was nothing unusual for Tej, however, the girl's beauty and poise struck him. He thanked her and got busy in packing his instruments. The girl hung on. As soon as he had finished his packing, and was ready to leave, she said, 'I have a request.'

'What?'

'Can you and your aunt come to our house for dinner?'

'But who are you and why this invitation?'

'My parents are your admirers.'

'Ask my aunt please, she is there.'

Nidhi asked her the same questions. The girl replied, 'My name is Bhavani. I am the daughter of the late Raja of Teesgarh, Gajendra Singh.'

Nidhi perked up and asked angrily, 'Who are you trying to impersonate?'

Bhavani replied calmly, 'No, Ma'am, I am not impersonating anyone. The Rani of Teesgarh, my mother, is here. There she is, sitting in the front row.'

Nidhi said, I am the Rani of Teesgarh and I have no daughter.

'Wait a minute,' Bhavani said and she waved to her mother to come.

Nidhi asked her brusquely, 'You say you are the Rani of Teesgarh.'

'Yes. I am, I was.'

'How come? I was the Rani of Teesgarh.'

'You became the Rani after me.'

'How?'

'Gajendra Singh had married me before he married you!'

'But nobody told me about that!'

'Nobody except Gajendra Singh or his mother could tell you that. And they chose not to.'

'What happened to your marriage? Were you divorced?'

'No, shifted out of the haveli to another smaller place some distance from the city.'

'Why?'

'Because I did not produce a male child. I gave birth to Bhavani. And meanwhile he had seen you. So, I was cast away like a dirty rag.'

'Then?' asked Nidhi, shocked.

'Then, one day I went to Delhi for a trip, of course with due permission from the Rajmata. There, by pure chance I met Raghav. Actually, we were traveling together, in the same compartment of the train and got into a conversation. He was a divorcee, a few years older than me, with no children. Before the journey was over, he asked me if I would deign to brighten his life. It was too good to be true. I told him not to take pity on me. He said it would rather be me taking pity on him if I agreed to his proposal.'

'So, you moved in with him?'

'We stayed together for the duration of my trip. He turned out to be a nice, very nice person.'

'He works in Delhi?'

'Yes, he is a senior officer in a company, East-West International.'

Tej and Nidhi burst out laughing.

'What is so funny?' asked the bewildered woman.

'That is our company,' replied Nidhi, 'my father is the chairman. Raghav Raj is a Director on the board of the company. So am I.'

Nidhi embraced the woman and said, 'Welcome to the family!' They all laughed.

Three months later, Tej and Bhavani were married.

***

Rishi had two children, a boy and girl three years apart.

The boy, Ravi suffered from dyslexia. He could not read or interpret words, letters of the alphabet and other symbols. While it did not affect his general intelligence, his classmates made fun of him. Rishi withdrew him from the school and arranged a private tuition by an American teacher who was an expert on the subject. He told Rishi and Neeti not to worry and assured them that he would be all right as he grew up under proper care. He told them that many famous persons in history like Leonardo da Vinci, Galileo, Napoleon, Graham Bell and Winston Churchill were dyslexic.

Kumar and Kavita told Rishi that if necessary, Ravi could be taken to the U.S. for treatment. The American expert advised against it. Rishi and Neeti decided that they should change their lifestyle of touring with the crew for shooting films in distant locations. Neeti too had no problem, and finally Rishi decided to take up a regular 9–5 job.

Kumar was only happy to take him in the family company. It also ensured that the company remained in the family. While it solved Rishi's problem, it created one for Billu.

Rishi's exit from the film unit created a void in the directorial team which Rishi had filled with distinction. Billu felt a tinge of suspicion that Kumar had pulled out Rishi under Kavita's pressure so that, in due course, he could take over the company. He tried to persuade his son Tej to join his film company, but he declined. At Billu's request, Neeti wrote a script for a musical film. That interested Tej and he was persuaded by Nidhi to act in the film. The music for the film was composed by Tej himself. It was a gamble which turned out to be a big success. Savouring the adulation he received from his new-found fans, Tej agreed to do more films with his father. His mother wrote a new story, full of songs to suit him. In that film the hero, a well-known singer, lost his voice when he was singing the last song. The film was a great hit again, but Tej in fact had lost his voice. Billu rushed him to the hospital and the doctors detected a minor malignancy in his vocal cord. Billu flew Tej to the U.S.

for treatment. Luckily, the malignancy was in the initial stage and the cancerous cells were removed. However, his voice did not recover fully.

An instrument was attached to Tej's neck which magnified the decibel level of his speech to an audible level. But singing was out of question. A pall of gloom descended on the family. No acting, no singing. Life virtually ended for Tej.

Though his wife Bhawani, Nidhi and his parents were very supportive and tried their best to boost his morale, Tej slipped into a depression. He stopped going out, became irritable, started worrying about small matters and made gloomy predictions about everybody. Around that time depression was not clinically diagnosed in India and vitamin supplements and other tonics were fed to Tej to combat his malady. They did not help. Tej also became obese due to lack of physical activity. Bhavani tried to make him do some exercises or take him out for walk but he did not stir from his bed. At the most he would go to the music room in Grace's flat, look at his tanpura and cry like a child. Bhavani became all the more alarmed as she was carrying Tej's child.

In desperation she went to the astrologer of the Teesgarh family. The astrologer was forbidden from seeing anyone except members of the Teesgarh house. When Bhavani told him that she was the daughter of the late Gajendra Singh, he relented. Before she could ask him anything, he told her that she was worried about her husband. He said that Tej had been poisoned by one of his rivals in the film industry and that person himself had died subsequently in an accident. He asked her to bring Tej to him six months after the birth of her son.

He then got up and brought a Tulsi sapling from his garden, 'Here. Keep it in an earthen pot on your terrace and look after it. In a fortnight it will start giving leaves. Just put three or four leaves in a cup of water and keep it in the open overnight. Let him drink the water and chew the leaves.'

He blessed her and before she could say anything, he asked her to go and tend to Tej and his son!

Tej did not believe in the mumbo-jumbo of astrology but he was stunned about the Teesgarh astrologer knowing that Tej was poisoned by a rival. He at once identified the man and it was true that he had been killed in a road accident. He obediently followed the advice about drinking tulsi water. Hearing about the poisoning theory, a suspicion rose in Madhu's head. Could it be Nidhi?

She mentioned it both to Billu and Bhavani. Billu dismissed it as pure nonsense. 'How can she? She loves him so much.' Bhavani also did not accept the suspicion story. However, Bhavani's mother fell for the accusation. 'She is a frustrated woman. It can be professional jealousy. Even father and son become jealous of each other. Tej had overshadowed her. Better be cautious.'

Bhavani reported the discussion to Tej.

He was furious. 'She is my second mother,' he protested. Bhavani started thrusting a flask of tea in his hand every day. However, Tej would always drink tea made in Nidhi's flat. 'It is to my palate what your voice is to my ears,' he told Nidhi. That brought tears in her eyes.

A few months later a bonnie boy was born to Bhavani. For once in the last year Tej smiled and started playing with his new born son.

Six months to the day after the birth of her son, Bhavani and Tej went to Teesgarh to see the astrologer. An attendant told her that the astrologer was not well and could not see anyone.

Bhavani handed the attendant a 100-rupee note and begged him to tell his master who she was and that she had an appointment with him. Bhavani and Tej were called in immediately. 'I was waiting for you,' the astrologer said as Bhavani and Tej touched his feet. Then, blessing the infant in Bhavani's lap, he asked Tej, 'Is he *your* son?'

'Yes, Maharaj,' he replied.

As he said that Bhavani looked at Tej and asked in surprise, 'What did you say, Tej?' Tej repeated his words and hearing them himself, he shrieked, 'What is this, God? I can speak normally!'

Tej fell at the astrologer's feet again and shouted with joy, 'Maharaj you are great.'

'No, my child. I only told Bhavani what I saw coming. You will regain your glory after two years. Don't accept any water or drink from anyone. Carry your own bottle every time you go out.'

'Yes Maharaj,' Tej said bowing to him.

'Now go my son and resume your daily practice. God bless you.'

In Delhi, everybody in the family went mad with joy at Tej's sudden recovery.

***

Seeing the miracle in Tej's case, Rishi and Neeti asked Bhavani to take Ravi also to her astrologer.

Bhavani said that he did not see anyone except members of the Teesgarh's ruling family. But she also realized that everybody in the family would suspect that she did not want to help. Therefore, she decided to take a chance. Nidhi, Bhavani and Tej took Ravi to Teesgarh. As they reached the town, they saw a huge crowd gather around the astrologer's house. They were told that the astrologer had died in his sleep the previous night. Deeply disappointed, the party decided to stay put in the town and wait to try to see the astrologer's son who would succeed him.

The ceremonies were long-drawn out. So, the party decided to utilize the waiting period by taking a tour of Rajasthan. Finally, when the new astrologer started seeing his clients, Bhavani beseeched him to take a pity on her and see Ravi. He said that on no account would he break the rule and see anyone who was not a member of Teesgarh ruling house.

Bhavani fell at his feet and told him that the family would suspect that she did not want to help Ravi.

The astrologer did not relent and said let the boy be taken abroad.

Neeti took Ravi to London. Ravi was admitted to a residential school specializing in dealing with dyslexic children. For a month Neeti stayed at a nearby place and met Ravi every evening. After a month, Ravi told her that he felt quite at home in the school. His teachers were very good and the students were well-behaved. He told her not to worry about him and return to Delhi.

Ravi spent two years there. After that, he joined a college recommended by the principal of the school. He did very well there and stayed on to do his MBA.

The family went to London for his convocation. He felt and looked normal. They all returned to India after a holiday in Europe. In Delhi he walked up to his grandfather, Kumar, and told him that he was ready to take up any responsibility in the Company, or outside, as he deemed proper.

Kumar had him appointed as a management trainee in one of his friends' company in Delhi.

Due to years of preoccupation with Ravi's problem, Rishi and Neeti had unwillingly ignored their younger daughter, Sneha. They were aghast when she showed her hostility towards Ravi.

One day, Neeti said to Rishi that she was feeling very frustrated in having to deal with her two children. 'How do people with large families cope with them?'

'Some of the problems in large families are sorted out by sheer numbers. Children teach and learn many things from their siblings and cousins,' Rishi explained. That explanation roused her old naughty mood and hugging Rishi, she said, 'We still have time. Shall we work towards that before my factory is closed?'

'Sorry, Ma'am, your two samples were not satisfactory.'

'Why didn't you complain earlier, Sir? Now it is too late. The warranty period has expired.'

'I'll take you to court.'

'Before that, I'll take you to my bed.'

Suddenly they broke out into laughter after a long time. That night they made love as in the old days. In the morning Neeti got up and said, 'I feel relaxed after a long time.'

'Me too.'

'Let us have a family party. We will meet them all together.'

'Go ahead,' said Rishi.

Neeti spoke to every one, including Kamla and her brood in Hyderabad.

'What is the occasion?' asked Kamla in surprise.

'Missing you.'

It was a large gathering of three generations. Though Kumar had carried on his father's practice of family dinners at least once a month, there were always some absentees.

Rishi announced before the start of the party that it was a family talent show.

Everyone was required to sing, dance or do something. Grace being the eldest, started with a soulful rendition of *Heer,* the classic poetic love story of the Punjab. Kavita recited the

Punjabi version of the children rhyme 'Twinkle twinkle little star.' Billu and Madhu mimicked the dialogue between a rural couple on their wedding night. Nidhi and Tej sang a light duet. Kumar narrated two jokes. That opened the floodgates of jokes from every one across generations. Arjun and Katy presented an interpreter translating a Russian dignitary's speech from Russian into Hindi.

The memorable get-together ended well past midnight.

At night Neeti snuggled to Rishi in bed and said, 'It was great. 'Let's do it again.'

'Not tonight,' as Napoleon said to Josephine, Rishi said as he turned on his side to sleep.

'You rascal, you spurn me, as Mandodari said to Ravana.'

'What happened then? Never heard this before.'

'Then Ravana fell upon her.'

'So be it,' said Rishi as he held her tight.

***

XII

At Rishi's family party, there was only one outsider.

Nidhi had told Rishi that she had a friend from abroad who was staying with her. He asked her to bring her also along.

'It is not her,' Nidhi said, 'it is him.'

'Good news, he would be welcome even more.'

Ken had come to India for doing research on some aspect of Indian classical music. He had an introduction for Nidhi from the professor of Asian Performing Arts of the Yale University. He came to meet Nidhi and their question and answers, and subsequent discussion went on so long that Nidhi asked him to stay on for dinner. After dinner, he told Nidhi that he was staying in a hotel in old Delhi and was not happy with that. 'Can you suggest a decent place where I am not bothered by noise and touts?'

'Are you alone or with family?'

'I am single.'

'How long do you intend staying here?'

'Initially for two weeks. Thereafter, it depends.'

'I can give you a room here, with food.'

'How much will that be?'

'It depends,' she said, 'for two weeks no charge.'

Ken moved in the next morning.

He started attending Nidhi and Tej's practice sessions every day and asked many questions related to his research topic. After two weeks, Nidhi suggested he should go and meet her guru who had settled down in Haridwar. 'He will fill you up.'

'Will you introduce me to him?'

'Oh yes, I will come with you.'

'Oh, what a pleasant surprise.'

'Is it, after two weeks together?' they both laughed like conspirators.

They were there for a week. From there they went to Gangotri, the source of the River Ganga. On return, Nidhi requested her parents if they would let him marry Ken. Both Kumar and Kavita were happy to note the change in Nidhi after she had been having Ken stay with her.

After a quiet civil marriage, there was a big family party like they had three months earlier. This time some close friends were also invited.

Nidhi and Ken attended the Gwalior music festival where top singers and musicians of India, gave public performances. They also toured the south of India to meet Carnatic music masters.

After a year of utter happiness in India, Nidhi and Ken left for the U.S.

'Lost to India?' Tej asked Nidhi.

'No, Ken replied on Nidhi's behalf. 'We three will come back together,' and he gently tapped Nidhi's tummy.

Yale University organized a performance by Nidhi. She spoke to Tej and invited him to join her.

The joint performance by Nidhi and Tej led to many other invitations from the city and other places in the U.S.

After a hectic half-year, Tej returned to Delhi. Nidhi and Ken followed after nine months, Ken had earned his Ph.D. meanwhile. Unfortunately, Nidhi had suffered an abortion and so they came without a child with them.However, Nidhi looked very happy. For the first time she felt the happiness of living with a devoted husband. She was hoping to have a child at the right time. Ken promised that.

One day looking at her, Kavita remarked to Kumar, 'Some people get happiness late in life.'

'Some people, never.'

'What do you mean?'

Both caught the point. But they continued playing the game.

'Look around,' he explained, 'As the saying goes in Punjabi:

Behold there, the widow weeps,

So also, the wedded woman,

And by their side, the maiden too.'

'Well put, but today aren't you happy for poor Nidhi?'

'Yes, very.' Kumar answered.

'Calls for a hug,' and Kavita put her arms around Kumar. He responded limply.

Kumar's thoughts went to Sheila, and then quickly to his granddaughter, Sneha.

***

Why was Sneha so unhappy? Why was she always so withdrawn? Whenever anyone tried to bring her out, she recoiled as if she saw a snake coming towards her. Rishi also brought up Sneha's problem with his parents and they could only think of one cause, her feeling of being ignored when the family was tackling Ravi's dyslexia. Rishi and Neeti tried to over-compensate Sneha by showering their love on her in various ways. They also took her to a psychiatrist. Sneha went to her regularly for many months, to no avail.

'There is nothing wrong with me,' she told them, 'you starved me emotionally as a child. My share of your affection was given to Ravi.'

Neeti tried to explain to her, 'Darling, you know the reason for our comparative lack of attention to you. When a limb in the body aches, all of one's attention goes to that.'

'Don't lecture me,' Sneha snapped back, 'I know all that. But you can't heal my hurt.'

'Who can?' Neeti begged her to tell her.

'Someone who can start with me on a blank slate.'

'You want to get married?'

'I don't know. I am afraid of that too.'

'Help us to help you,' Neeti begged her.

Sneha walked away from her mother and bolted the door of her room from inside.

Neeti panicked. She might commit suicide, she feared and rang up Rishi. He told her to stay calm. 'If she does not respond to the call for lunch, then we will decide. Let her anger abate.'

Sneha came to lunch with a long face. She did not exchange a word with her mother. She finished her lunch and got up saying she was going to her friend Shashi's house.

When she did not return till late in the evening, Neeti rang up Shashi, who said that she had left her house at about 6 PM.

'Where for?'

'I didn't ask.'

Neeti rang up some of Sneha's friends, but drew a blank everywhere.

This time Rishi too felt worried. 'Should we ring up the police?' she asked Rishi.

'I am not sure. She will raise hell if we do that and she turns up later. It will be a scandal if we notify the police.'

'Let us wait till midnight,' Rishi said with a little unease.

Sneha called just before midnight, 'I am with a friend. I'll come tomorrow morning.' She hung up before Neeti could say anything.

Sneha returned around mid-day, in a bad shape. Her hair was tousled and dress all messed up. Her eyes were drowsy from an apparent lack of sleep. She looked worried, but Neeti could not muster enough courage to ask her any question.

She had bath and a change of dress before coming for lunch.

'Is something worrying you, darling?'

'Yes.'

'What? Tell me if I can do anything to help?'

'I am pregnant.'

The morsel of roti fell from Neeti's hand.

'When? Who … ?'

'I have entered second month,' Sneha replied with lowered eyes, 'my boyfriend Sartaj is responsible.'

'How do you know?'

'I slept only with him.'

'Are you sure?'

Sneha replied sheepishly. 'Yes, and only once.'

'Did you again go to him last night?'

'Yes. To ask him how it came to pass.'

'What did he say?'

'He said he thought I was covered.'

'So, you carry this stuff with you in your bag?'

'No, Mom. He was obviously lying to me.'

'What do you propose to do now? Will he marry you?'

'No, I won't marry him.'

'Then?'

'I will keep the child and bring it up as a single mother.' 'Brave words, my child, easier uttered than carried out. You are not yet 20. You have a long life ahead of you. It won't be easy.'

Suddenly, Neeti's heart went out for her daughter. Poor thing, one little slip by her. She hugged her tearfully. 'Now go to sleep. We will find a way out.' That evening, Neeti mentioned it to Rishi. He flew into a rage. Neeti calmed him down. 'That would not solve the problem.' With his concurrence, she talked to her mother in Mumbai. There was a well-known clinic where all the film folks went.

Sneha was put in the plane for Mumbai the next day.

Her grandmother first gave her a mouthful. Then she took her to the clinic where she was bled to get the seed out. She was unwell for a few days. Her grandfather was Raj, Billu's old friend, and well-known film producer who had once helped rescue her father Rishi from the film world of Mumbai.

After her recovery, Sneha asked him if he could arrange for her to get a role in some film. 'Your face is not too bad,' the old man replied, underplaying her beauty, 'but you are not cut out for a life of that sort.'

'Why do you say that?'

'There is a price for this external glamour. You cannot have a family life in this field. By the time you succeed in films, you become unfit for a normal domestic life.'

'I can always adopt a child.'

'Children are your flesh and blood. They cannot be purchased in the market.'

'OK, dear grandpa, let me have atleast one shot. Just once, I promise.'

Sneha was back to her old demanding ways. Nobody could say no to her. Her parents gave in. She was given the chance for an audition. The results were stunning. Her grandfather gave her the script for his film. The girl selected for the lead role was replaced by Sneha.

The film was a hit and film magazines hailed the new star. Her grandfather offered her another film. Sneha was drunk with fame. She travelled with the crew to many places both in the country and abroad. She was cast opposite Akash, a popular hero of the time. Before she had started acting, like many other girls of her age, she had fantasized being in bed with him. Late one evening when the unit was shooting in Vienna, there was a knock at her hotel room. She opened the door and saw Akash standing there with a bouquet in his hand. She could not believe her eyes seeing him in flesh and blood, and wanting her! It was a dream come true for Sneha. She dragged him to her bed.

Her acting with the hero was very natural. The director did not have to coach her for love scenes. On the other hand, he had to ask her to stop from going too far.

Neeti and Rishi felt proud at being introduced to people as Sneha's parents. One day Neeti asked her if she too could travel with her to see the shooting. Sneha felt alarmed and said no relatives were allowed to do so. She could only come to Mumbai and see a scene or two being shot on the sets.

Sneha made four films in quick succession and became a super star.

Then, suddenly, her next film bombed at the box office. The film after that also did not do well. Her grandfather, who had invested heavily in the two films lost heavily and was unable to meet the demands of the creditors. While Sneha was depressed, the old man suddenly collapsed and died.

There are not many actresses who can survive two flops in a row, particularly those who do not have a godfather in the industry. Sneha suffered a double blow in one stroke. The flow of films coming her way stopped suddenly. People who fawned on her, looked the other way when they saw her. She, who was chased by directors and mobbed by fans, found the lack of attention hard to stomach. She went about trying to meet directors but they were not forthcoming. New, younger girls, with their ambitions were waiting in the wings for a heroine to fail. Even the lackeys of her grandfather ignored her calls. Her manager also wanted to leave her. He was merely waiting for Sneha to settle his accounts. Till then he tried to fix appointments for her but did not succeed. Some small guys called her to meet them. By then, Sneha knew that they would ask her for a pound of flesh. And she was not averse to that. She had lost all her inhibitions after playing 'ball' with her heroes. Even that would not fetch her the heroine's role. She got her first shock when she was offered a vamp's role. Frustrated, she became a compulsive eater and took to sleeping pills. For some time, she managed to get advertisements.

One day she received a call from a studio to come in the evening. The director's assistant asked her for her price. She said everyone in the industry knew what her price was.

The assistant said bluntly, 'No, not for a film. For a night.'

'Aren't you ashamed to ask such a question?'

She got up and was about to stomp out when the man said, 'Madam, the streets of Mumbai are full of ex-heroines. You will get used to such offers. And you never know, you might land a role after that.'

Her grandfather had not warned her against such an eventuality. She was lost in her thoughts when the assistant broke her reverie, 'Shall I arrange for some snacks or dinner for you? The director will take some time to wind up the business here.'

She said, 'Yes, that would be good. I am famished. Or, I can come tomorrow.'

'It will be the same story tomorrow too. Better get through with it today.'

After two hours, the director came and greeted her, 'Sorry to keep you waiting. Let us go.' She followed him meekly to a middling hotel. The staff at the hotel seemed to know him.

They were shown a room.

'Whiskey?'

'No, I don't drink.'

'Surprising, all these years you haven't tasted this elixir! May I have a peg or two.'

'Please yourself.'

'Give me company. Pick up some wine or some soft drink.'

Sneha poured some coke in a glass.

The room service sent a boy with a meal for two.

They spoke for a bit. Sneha was little downcast.

'Anything bothering you?' He seemed to be a kind man.

'Yes, my Mom. She is not well.'

'Would you like to talk to her? I'll ask the desk to put through a call.'

'No thank you. It is too late for that.'

'Don't worry, sweetie. I will look after you. Tell me anything you need,' and he gave a pat on her cheek. Then he drew her closer, made her sit in his lap and started groping her.

'Your hair smells very good,' he said as his hands explored her body. Soon they were in bed.

Sneha's body woke up in response to his explorations. She also remembered that she needed to please him to get a role. That lent an extra edge to her response.

'You are very delicious,' he whispered in her ear as he turned on his side.

'So were you,' Sneha forced herself to say.

In the morning the director said, 'you have won a role, darling.'

'Which film?'

'My next film. Hopefully it will start next month. We will get in touch with you.'

After a few days, the director's assistant rang her up. 'Sorry, Madam, the producer pressurized the boss to take someone else for the role which we were planning for you. Please bear with us.'

Another director invited her for dinner to discuss the subject.

After dinner, they went into a private room. The director praised her looks and said, 'I am surprised that you have not been offered a role. You are so dammed cute.'

After seducing her with words and taking her to bed, he said, 'I must tell you that I am a masochist.'

'What is that?'

He took a whip out of his briefcase, and handing it to her, said, 'You beat my bare back with this as hard as you can.'

'Bare back?'

'Yes,' and he took off his shirt. Sneha was very confused by such a request. 'Imagine I am trying to rape you. How will you defend yourself?'

He then proceeded to disrobe her. She did not resist.

'Start,' he screamed, 'hit me…'

She hit him softly.

'Hit hard, you bitch.'

Enraged at being called a bitch, she whipped harder. *Whoosh* she hit, trembling with fear.

'Harder,' cried the man, as he picked her up and threw her on the bed.

Whoosh! Whoosh went the whip as he plunged upon her. She kept on whipping him till he overpowered her. Then she gave up and let the beast maul her.

In the morning the director said, 'I haven't had such a wonderful encounter before.' Sneha kept quiet, though she too had enjoyed the new experience.

After a while he said, 'If you don't mind, I want to ask you a question.'

'Have you done this sort of thing before?'

'No.'

'Will you like to be in relationship with me?'

Sneha asked him, 'Are you married?'

'Yes. But I am not happy.'

'No,' she replied, 'I can't be your mistress.'

'I'll provide everything you need. I'll set you up. I'll give you lead roles.'

Sneha cut in 'For how long?'

'As long as I am there.'

'That is a lie.'

'Upon my honour, and my life.'

'I shall let you know.'

Sneha went home. Her grandmother asked her, 'What is wrong?

'Have you had an accident?'

'Oh, it was a small accident while shooting in the studio.'

'Baby, it is long since I saw a film of yours.'

'It takes time, you know.'

'I think it is time you settled down and have a family of your own.'

'Yes, I was also thinking of that.' She spent the whole day thinking about the sort of life she had come to accept. Her acting time was obviously over. She felt she was chasing a rainbow beyond her expiry date.

She realized that she had been reduced to a call girl. Every director wanted to have her for a night or two basis false promises. Soon that also would stop. She must accept that and retire gracefully.

But the temptation was too irresistible. All the glory and fan-following on and off the screen, all the lewd remarks men made as they brushed her in a crowd—just one more attempt. She remembered her school lesson, 'Try and try again. Never give up.' Another call came the next day, 'Evening, 7.30 PM at the Oberoi Hotel. Ask the desk for Ranjit Kumar.' That seemed to be some really classy fellow, she thought. Her hope surged. She left early and told her granny that she might be late.

'I don't like this, baby. It is the last time. I won't take it any more.'Sneha was alarmed. She turned, hugged her granny, put on her big smile and said, 'Yes, I agree. Last time. No more.'Ranjit was a handsome young man. He took her to a suite where another man was waiting. He introduced him to her as some Mohan something. 'My boss,' he said politely. A boy came and brought some drinks and snacks.

As the boy poured their drinks, Mohan said, 'We are planning a new movie. I have seen you before on the screen and knew your grandfather. Ours is not a big budget but the film will be classy. You will like it.' He opened her briefcase and took out a sheaf of papers. 'This is the script. You can take it home and study it. We will get in touch with you after a few days. Any questions?'

Sneha noticed that when Mohan was taking out the papers, a revolver tumbled out of his briefcase. Mohan put it on the corner table by his side casually, as if it was a paperweight. A shiver ran down her spine. She had never met a director or producer who carried a weapon. She could hardly bring herself to ask, 'How much will you pay me?'

'Half a million rupees.' It was a good amount, quite close to what she used to get in her glory days. She murmured a faint OK.

'Good, now that business is over, let's have dinner.' Mohan led Sneha to the dining room of the suite.

As the dinner was getting over, Ranjit whispered to Sneha, 'We are the two of us tonight.'

'Yes, I see that.'

'So, you understand that?'

'Understand what?'

'OK. You will see that later,' and moved aside.

A moment later, the meaning of Ranjit's statement suddenly flashed in Sneha's mind. One woman, two men. one night! 'Oh, my God!' A shriek tore across inside her head.

As she noticed Mohan taking off his jacket and tie, she got up and said, 'Excuse me, I'll just go round the corner.' 'Next room, on your left,' Ranjit told her.

Sneha went to the next room. She heard the two men laughing loudly in their room. She picked up the revolver from the corner table and put it in her bag. Then she quietly opened the main door and ran on the carpeted gallery to the lift. In no time she was in the lobby. She asked for a cab and before one pulled up under the porch, she asked for a large envelope, shoved the revolver into it, licked it close, and handing it to a bell boy, said, 'Please deliver it to room number 302, immediately.' She heaved a sigh of relief when she reached home safely.

Her grandmother was asleep, so she had no explaining to do. She had all the time to introspect. She cursed herself for falling so low in her eyes too. If she hadn't run away from the hotel in time, she would have had to sleep with two men in one night. While one man was with her in bed, probably the other would watch. And then they would reverse the roles. Her next step down the hill would be participating in orgies. And, perhaps settle down with some mafia don as his keep. Or, as she got older, she would herself become a procurer of girls, a sort of 'madam' in the sex industry. She would grow into a horrid old woman despised by all. Sneha shivered at the contemplation of her future.

She popped an extra sleeping pill to get free of her morbid thoughts and hit the bed.

She got up determined in the morning. Her time in the films was up. She should make an honorable exit while the going was good. She did not accept any call that day.

Her grandmother spoke to Neeti and told her to reclaim her daughter before it was too late. 'You have left her loose for too long.' Neeti told Rishi about her mother's call. He too was alarmed. He was reminded of his own case not so long ago when he was pulled back from the brink of disaster by Billu. Rishi and Neeti decided to fly to Mumbai the following weekend.

The masochist director, not getting any response to his calls sent his assistant to her house with a bouquet of flowers and a note: 'Waiting for you with a film. *Now*.' Sneha tore up the note and told the assistant, 'This is my reply.' Next, she rang up a film journalist for an exclusive interview. He came rushing with a photographer.

'Sneha Calls it a Day' was the front-page news the next morning along with a smashing photograph of hers. 'I want to settle down and have a family of my own. Who is going to be the lucky guy?' headlined another film magazine.

Later in the morning the masochist director came to her house and said with a big smile, 'I am so glad at your decision. Thanks for accepting my request.'

'No,' said Sneha, 'you are mistaken. I am leaving this wretched industry and the sin city for good. I am going back home to Delhi.'

'You will repent this decision. I will divorce my wife. Come with me.'

'No,' she said, got up and left the room.

The news of the retirement of the dreamgirl of millions of young men spread far and wide. There was no dearth of proposals from men who had fantasized about her.

In Delhi, Sneha spent some days sleeping off her cumulative fatigue and eating her favourite home-made dishes. She also visited an exclusive spa. She looked refreshed and sounded friendly.

She went through the pile of letters and photographs of young men proposing to her. It massaged her ego to show them to her mother for her comments. 'You are so lucky you have innumerable fans to choose from,' Neeti told her.

She met a few of them in restaurants for tea or dinner for mutual appraisal. The man Sneha finally chose was the scion of a big business house with interests abroad. They dated for some time and both liked each other. The young man, Shravan Kumar was always cheerful and solicitous.

The family was good, two brothers and a sister. He was the middle one, and not married. When she asked him why he had remained a bachelor while his younger brother had married, he replied with a smile, 'I was waiting for you.'

'A flattering lie,' she said, 'you are a charmer.'

'No,' he said, 'ask anyone.'

'I'll ask the manager of the restaurant.'

'He will give you the same reply.'

'If he turns out to be married?'

'Even then. Try.'

'Have you coached him?'

'No, I don't know him.' She let it pass. He had made her day. He would keep her happy, she felt.

There was one hitch. Shravan's mother did not approve of her.

'These actresses. God knows with how many men they have slept!'

Shravan defended Sneha, 'That is all acting, Mom!'

'That is what we see. What we don't is what bothers me. They are worse than dancing girls.'

Sharavan finally blew up. 'What about you, Mummy? Where did Dad meet you?' Hearing that, her face turned ashen. She did not know that her children knew about her past, 'Who told you that?'

'Dad, of course, before his death. He told me everything. Granny had opposed her only son marrying someone like you. But you turned out alright. Granny ended up praising your exemplary conduct towards everybody, including her. Dad asked me to take care of you.'

Her face brightened up on hearing her being praised. Shravan came forward and said, 'Mom, Sneha is a good girl. You will like her. I love you.' The families exchanged visits and liked each other. Shravan's mother gave her a hug gingerly. Sneha detected that immediately and she mentioned that to Shravan. He reassured her that she would be alright in a few days.

Sneha was very shy with Shravan. Next morning Shravan teased her, 'I'll have to get one of your film directors, to instruct you on love making off the screen.' Sneha responded modestly, 'You are my director now. I'll learn from you.'

'Good,' he said and from behind the row of books in the shelf, picked up a copy of the *Kama Sutra,* and handing it to her, said mischievously 'This is your primer for your theory. We'll do the practicals together.'

Sneha took extra care to ingratiate herself with Shravan's mother. She would give her gifts every now and then. She even rigged up a surprise birthday party. The old woman was simply charmed by her and soon shed her reservations about her.

After a year, Sneha became the mother of a pretty girl whom they named Reshma.

When Reshma was two, Sneha became pregnant again. Shravan's mother asked her, 'Give me a grandson this time.' 'Pray, Mummy, and you will get what you want.' She went to the hospital frequently for her periodical checkups.

One day, when she had to undergo some tests, Shravan drove her himself to keep her company. They also decided to go for lunch at a new restaurant after the tests. While returning, as they were crossing the Ring Road, a speeding truck from the right side hit the car. Shravan was killed instantaneously. Sneha who was in the backseat, suffered a miscarriage and some injuries. She was rushed back to the same hospital.

Soon Rishi, Neeti, Kumar and Kavita reached there. Rishi and Neeti later broke the news very discreetly to Shravan's mother. She started beating her breast. Neeti gave her a tranquilzer.

On discharge from the hospital Sneha insisted on staying at Shravan's house with her mother-in-law and take charge of her new life.

Rishi and Kumar offered her a job in the company but she decided to be on her own. She started a school for acting for young boys and girls. With her name and her aura of an ex-film star, the school picked up very fast. Many young men and widowers made proposals for marriage to her but she resolutely declined all of them. She did not ever want Reshma to feel an 'outsider' which would be the case if she married again and had children. Even her mother-in-law advised her to get married. 'The life of a young widow, with a daughter, is not easy. I beg of you to get settled with a man.'

'No, Mom, I can't forget Shravan. I can't fight my fate. From now on my life will be dedicated to Reshma.' Two years passed.

She began to feel settled in her life. One day a young police officer named Sushil Kumar came to join her school of acting. Sneha was surprised that a man of his status and age should make such a request. She told him that the school was meant for youngsters who want to become actors. 'You are already settled. Why do you want to learn acting?'

'My ambition was to become an actor. But my father forced me to join the police. Now that I have obliged him, I want to pursue my dream.' 'Your duty will not permit you to be regular in attendance.' 'I will take leave and finish the course.' Sneha's dissuasion did not work on him. Finally, she agreed to subject him to an audition before admission.

At the audition she made him act short parts in which he was required to show his proficiency in exhibiting different emotions.

Finally, she asked him to recite an ode to his lady-love. He recited it as if Sneha was the object of his affection.

She was so lost in his acting that tears welled up in her eyes.

'Excellent,' she clapped as he finished his piece, and added, 'You are a natural actor. You do not need any training.'

'But I was not acting,' he said.

'That was the beauty of your delivery.' 'So, will you accept me?'

'Of course, but, as I said earlier, you do not need any training.'

'I don't want to learn acting if you accept me.' Sneha was confused by his reply, 'I don't understand. You came to learn acting and when you pass the test for admission, you say you are not interested.'

'If you accept me, my ambition will be fulfilled.'

'Oh! I see. So, that was all that drama about! You are crazy. You may be younger than me, and I have a daughter.'

'Nothing matters to me.'

'Go home and take some rest. You don't know what you are saying. Come tomorrow if you are interested in studying here.'

The police officer got up, saluted her, and left.

Sneha had shooed him off but had lost her peace of mind which she had attained with great difficulty. He had thrown a stone in a calm pond of and the ripples did not stop.

Thinking of him, she felt delirious with happiness. She only hoped that he was not acting a part or joking. She was seized with a strange fear that he might not come back. He might have had second thoughts after she had treated him so casually.

In the evening she narrated the whole story to her mother-in-law. The old woman was delighted. She embraced her and told her to go ahead.

'Both you and Reshma need a man in the house. I shall marry you off as my own daughter.'

He did not come the next morning. Sneha's heart sank. His handsome face did not let her concentrate on anything. As her assistant was closing the doors after the class was over, Sneha's heart leapt up.

He was there. Smiling, he saluted her in police style and said, 'Am I accepted?'

Sneha said weakly, a little timorously, 'Have you given the matter serious consideration?'

I have and I repeat. 'Do you accept me?'

Sneha wanted to shout, 'Yes, yes, a thousand times,' embrace and kiss him. But she was merely able to say, 'Thank you, Sushil. I do. I do.'

Sushil took her in his arms and started doing a jig with excitement. Then, suddenly, he shouted 'Hurray,' and lifted Sneha up and moved in circles till both felt giddy.

Sneha told her mother-in-law what had transpired. She just said 'very good' without any emotion. Sneha felt a strange change in her since the previous day when she seemed so happy.

Till then she had been very good to Sneha. She was widow of her son and she had been faithful to his memory. Falling in love with another person seemed to her a betrayal of her son and of the family. One day she said to Sneha, 'I don't like you flirting around with that man. You should not forget that you are a widow.'

'But Mom,' Sneha replied, 'We are going to get married now.'

'No marriage will take place in the house except of Reshma in due course.'

But Ma, you have been suggesting yourself that I should look for a man, that we needed a man in the house.

'I was testing your resolve to stay faithful to my son's memory.'

Sneha was shocked by the reply. She told Sushil about it. He said nonchalantly. 'I don't care.' We don't need her as much as she needs us. You move out and I'll look after the rest. A low-key marriage was arranged by Rishi and Neeti. The old woman did not attend it.

Sneha and Reshma moved out of Shravan's house, which was now his mother's house.

***

XIII

Billu's business had slowed down gradually. He missed the sincere work which Neeti, Rishi and Tej did for him.

Their successors cheated him. They let him down in so many ways, they were not punctual, they did not keep their appointments with clients. Billu was frustrated. He started drinking to fight his blues. First, he would take a drink or two in the evening before meals. Then it grew and he started drinking increasingly even before lunch. When he was drunk, he would boast about his past work and run down his rivals. Increasingly, he slipped into talking about his glory days, and repeat himself. He became a big bore. Everybody started avoiding him. As his isolation increased, so did his drinking.

Madhu entreated with him to take charge of himself but it had no effect on him. Then, she threatened to leave him. He was hurt but not bothered. 'You want to leave me? Ah! Where will you go? Back to the Ashram from where I picked you? They won't take you now…' and he would slip into an unintelligible slobbering.

Kumar and Rishi tried to put some sense and shame into his head. They too failed and gave up in despair. Finally, Kavita stepped in. In front of her, Billu kept quiet but remained inattentive. She pulled him up for counsel when his eyes were half closed with stupor. Finally, he walked away saying, 'Everybody advises me. Nobody helps me.'

Kavita asked him, 'My dear boy, what help do you want? We are all there to help you.'

'What help? With words only. With advice.'

'What do you want? Tell me.'

'Money, Money, I don't have enough money even to buy whiskey,' he drooled.

'What is the problem? You want only whiskey.'

'No,' he said, I can be satisfied with rum or beer too.'

Nobody knew how to handle him. His house which used to be steeped in laughter and music, sounds of discussion on art, painting and film-making came to wear a desolate look. Nobody visited it for fear of being caught in Billu's blabber and his repetitive boasts about his past.

Rishi and Kumar sought medical help. One doctor suggested admission into a rehab where they administered electric shock therapy. They visited it and saw the inmates, shrivelled and terror-stricken. At the sight of any visitor, they would huddle together in a corner. Fear and despondency was writ large on their faces. Kumar immediately ruled it out. 'This is a house of horror. We cannot send Billu here.'

Meanwhile Billu sank deeper into the mire. He started his day with beer and then drank whatever bottle he could lay his hands on. He would doze off on a chair or in a sofa or sometimes on bare floor. Madhu and their servant would pull him into bed or if it was too difficult to move him, put a pillow under his head and a blanket over him.

There was peace in the house as long as he lay in his drunken stupor. When he woke up, he would kick up a shindy for nothing.

The family guru and his disciples used to visit Kumar's house once a year. For seven days, he would give *darshan* to his devotees in the morning, and sermons in the evening. His devotees came from all over the city and sought his blessings and advise on a variety of personal problems.

Kumar decided to take Billu for a darshan of the guru one morning. It was hard to keep him awake and sober but they managed it somehow.

Helped by two persons, Billu was brought before the guru. One seeing Billu, the guru said 'My son, you are in pain.'

'Yes Maharaj,' Billu managed to say and fell on his feet, crying like a child.

'Will you come with me?'

'Yes Maharaj, I will.'

Billu stayed in the guru's room for the next two days. He was not given anything to drink, nor did he ask for it. Madhu wept before the guru and begged him to save her husband.

On the third day, the guru was due to leave with his disciples. He asked Madhu to pack a change for Billu. He said he would take Billu with him to see how he came up. Everyone, including Madhu was relieved to get rid of the nuisance.

Madhu cleaned up the house and for the first time after a long period, and slept peacefully.

The rest of the family came together to bring back some cheer to Madhu. They took her to movies, they arranged picnics; they had family dinners and Madhu seemed to enjoy her life. Nobody talked about Billu except to express hope that he would return a sober man.

The family even started joking, 'Billu is gone for servicing and repairs,' Kumar often said to Madhu.

'But that should not take so long.' Madhu started saying after three months had passed. Rishi added, 'He is not a light vehicle. He is heavy duty crane needing an overhaul and possibly some replacement of parts,' Madhu smiled wanly, reassured by Rishi's banter.

Madhu's son Tej was happy with Bhavani and they were in and out of the country for programmes. They always brought gifts for Madhu and their visits lifted her spirits. Once, noticing that she was feeling lonely, they persuaded her to accompany them for their next trip abroad.

Madhu was thrilled to see the spell Tej's recitals cast on the audience. She had tears in her eyes after every concert and hugged her son and Bhavani. It reminded her of the days with Billu when they were making films.

After a successful tour of the U.S., they went around Europe with Madhu on a holiday. Having thoroughly enjoying themselves, they took the flight home. Madhu told Tej and Bhavani that they would be just in time to greet Billu who would be coming back home with guruji and party. 'He will be completely sober and you will have a changed father.'

She had hardly finished speaking when there was a deafening blast. Their flight over the North Sea was blown into smithereens. There was no question of any survivors. The news was splashed all over the world as one of the worst aviation disasters.

Rishi heard about the disaster on BBC. The whole family was plunged into mourning.

In the afternoon, the guru and his disciples came on their annual trip. Kumar and Kavita received them calmly.

However, there was no Billu with the guru. The latter told them that he would be joining them a little later. Since, on his recovery he was released from his order, he needed a change of clothes and had gone for shopping for his new life. Billu came in the afternoon in his new Kurta suit and touched the feet of Kavita and Kumar. He noticed the curious absence of enthusiasm on his return on the part of the family.

He asked eagerly, 'Where is Madhu?' As soon as he asked the question, Kavita and Neeti started sobbing. Kavita embraced Billu and amidst tears told him about the plane crash.

Billu got up quietly, went to his room, opened his bundle, put on his old clothes on, and discarded his new Kurta suit. He joined the other disciples and said to his guru. 'Now there is no point in my staying here. Please take me back.'

The guru and disciples including Billu, got up and said to Kumar, 'We will leave now. We do not stay in a house that is in mourning. We will pray for the victims' souls and solace for you.' Then they trooped out leaving behind a stunned family.

Everybody in the family was shocked at the tragedy that wiped out Billu's whole family. Though Billu was alive but his retreat from life was as good as his death. His recovery from alcoholism was no use if he was to go out and become a peripatetic monk. When he was suffering from addiction, Kumar and even Madhu had wished him dead so that one permanent nuisance was over. It was over, for her, and in a way for others too.

Kumar had his work and his hobby to keep him busy, but he also had Shiela to seek solace from. They met regularly according to their old arrangement.

However, Kavita felt lonely and became withdrawn. While she missed Billu, she would often talk of the good qualities of Madhu. She was better than her daughter-in-law. Rishi's wife Neeti was correct and formal, but Madhu was full of tenderness for Kavita despite her frosty outlook. Kumar did not like Kavita praising Madhu after her death, when during her life-time she was always bitching about her conduct and her motives. He listened to her quietly without reacting. That annoyed Kavita all the more. One day she asked angrily, 'Why don't you express your views also? You only listen like a lamppost.'

Kumar replied calmly, 'I listened to you when you found fault with Madhu. I listen to you now when you praise her. What is there for me to say?'

Kumar's reply angered her further. She got up, went out of the room as she always did when she was angry or frustrated.

For long, Kavita had been going to her puja room before sunrise and at sunset. One day she blurted out, 'There is no use praying to a heart-less God.'

'You did not pray. You always begged for some favour or the other,' Kumar commented on Kavita's declaration.

'What do you mean? I prayed to God twice a day.'

'You asked him for favours like beggars do at cross roads,' and after a pause added, 'have you even seen beggars begging for alms from other beggars?'

'No,' Kavita replied surprised.

'Go to any temple and see the spectacle when the devotees come out after finishing their begging from the deity or God, they are met by hordes who beg them for alms. What can a beggar give to another?'

'You and your weird logic,' Kavita snubbed Kumar. He kept quiet.

Kavita asked after a brief pause, 'Do you suggest that I should stop doing my puja?'

'I suggest nothing. Do as you please, whatever keeps you involved and happy.'

After a few days, Kavita started going to a branch of the order of the guru whom Billu had followed. It gave her a feeling of a sort of proximity with Billu and Tej. One day Kavita took courage and asked the head of the centre about Billu's whereabouts and welfare. The monk looked at her and gave a smile.

Kavita persisted, 'Guruji, where is Billu these days?'

He replied, 'I don't know where I am. How can I say where someone else is?'

Kavita was disarmed with the reply. She touched the monk's feet and got up. She hesitated between staying and leaving and then lowering her eyes, asked, 'Guruji, will I ever see him again? He doesn't visit Delhi now.'

'You will my child, you will in good time.' Kavita wiped her tears with her sari and left. On the way out, she asked a person connected with the ashram if women were also accepted in the order. 'Yes, sister, but only if they are above 60 years.'

Returning home, she found Kumar busy with his painting. He had acquired considerable competence in his hobby. He had even held a one-man show and was gratified to be able to sell some of his work.

Kavita felt a tinge of jealously seeing him so self-absorbed.

'I have come!' she announced.

'Good' he said, and added, 'Everything O.K.?'

'No, I miss Billu and Tej.'

'I also do.'

'But you don't seem to.'

'It does no good to show one's private griefs.'

'Not even between husband and wife!'

'Private is singular.'

'That is the trouble with you,' Kavita said in frustration, 'Everything is singular for you. You don't know how to share.'

'I used to know that, but I lost it gradually over the years. 'Now I share them with myself.'

Words hurt, they scar, they comfort, they heal. But Kumar had lost the facility of using comforting words with Kavita.

'We must talk about this.'

'Later, after I finish this job.'

Snubbed, Kavita quietly went to her room.

After about an hour, Kumar got up, cleaned his brushes, washed his hands and went to Kavita and asked her, 'Now tell me what you were saying.'

'Thank God, you found some time for me from your preoccupation.' Kavita had not got over her sulk. 'You saw me painting, I couldn't interrupt that. You must understand that.'

Kavita did not want to waste time in verbal sparring.

'I was missing Tej and Billu. Billu was like our son. You remember we literally brought him up.'

'Yes, that is true, but can't do anything about our fate.'

'I asked my guru at the Ashram about my missing him so much.'

'What did he advise?'

'Forget the memory, he said, and I asked him how?'

'By pretending that he didn't exist.'

'Easier said than done. Especially Billu, when you know he is alive. The way he came from his reformation, full of excitement and the way he went back as unfeeling as a statue.'

'That is true, but here he would have relapsed. Wouldn't that have been worse?'

'Yes, but his renunciation hurts. Doesn't he ever remember us?'

'Must be. But detachment is what the gurus teach. And if he has achieved that, we don't matter for him any longer.'

Kavita felt close to Kumar after listening to his explanation. Kumar too felt after a long time that she was paying attention to his words, not rebutting him. A cloak of mutual understanding wrapped them together.

Kavita got up suddenly relaxed, looked at the watch and asked, 'Is it too late to invite Grace, Rishi, Neeti, Sneha and Sushil for a pot-luck dinner today?'

'No time is too late to invite your family.'

Kavita rang up everyone quickly. Grace and Neeti accepted. Rishi was going out, and Sneha and Sushil were out of station, their maid informed Kavita.

'I wish I could get Kammo too but no plane can fly so fast.'

'You can always speak to her. She will be glad to hear that.'

'Yes,' said Kavita. 'I think I will fix a family reunion next month and invite everybody, as in the past.'

'That would be lovely.'

Surprised, Grace and Neeti came and asked for the reason for the sudden invite.

'Just like that. Felt like meeting you, in fact the whole family.'

Grace smiled at Kavita's reply.

Neeti said 'There must be something, Mom, you have never done this before.'

Kavita silenced her with a hug.

The dinner was unusually lively with much laughter around. Grace obliged by singing some Punjabi folk-songs. Kavita announced at the end of the dinner, 'Next month we will have a family reunion. Keep the third weekend free.'

Kavita even spoke to Nidhi and her husband Ken in San Jose, inviting them to join.

The date fell during their annual holiday. They had not come to India for the last three years, holidaying instead in Latin America and Europe. Kavita wanted it to be a memorable occasion and took lot of care planning every minute detail.

Nidhi and Ken came a week earlier to make another trip to Gangotri before the big family reunion.

This time they felt the trip a little tiring. Nidhi took a pony while Ken insisted on going on foot.

They drank the holy and crystal-clear water from the fountain and took lot of pictures.

On the return journey, suddenly Ken tripped on a stone and fell on a slope rolling down for a few feet. The guide rushed to help him get up. Nidhi also jumped from her pony and joined the guide. Ken was not much hurt. He got up and sat down. Nidhi opened her flask poured some hot tea for him. Ken waved aside the cup and asked for water. Nidhi gave him a cup of water.

Ken took a sip and slumped into Nidhi's lap. She tried to massage his back. The guide tried to lay him on his back. There was a doctor amongst the party. He came rushing and tried to give Ken mouth-to-mouth resuscitation. There was no response. He felt Ken's pulse and pronounced him dead.

Kavita's family reunion party turned into a funeral gathering. Nidhi was inconsolable and had to be sedated. Kavita felt guilty that her first gesture ended in such a tragedy.

After days of tension and mourning, normalcy tip-toed back to the house. To release the tension further and before the dispersal of the gathering, one day Kammo got up and declared, 'I don't know when again we will gather together. I hope it will not be a sad occasion like this. Anyway, I feel that I have kept a secret from the family. I have carried it in my chest for a long time. You all know that I was abducted in Lahore and married to a Muslim boy. But you don't know that I had a son from him before I was rescued and sent to India.'

'What happened to him?' Kavita asked. 'He was left behind. He was barely a few weeks old and when the police came to pick me up. The family hid him. When I shouted for him, the police said they had orders to recover only women, not their children.'

'So?' Everybody was intrigued by this revelation. They wanted to know more.

'You didn't tell us about that,' Kumar said.

'You know how Daddy denounced me. If I had mentioned about my son, probably some others would have also sided with him. In any case, I could not have him. Moreover, nobody asked me.'

'Oh,' said Kumar in a mixture of wonder and pity, 'do you know anything about him now?'

'Yes. I met him, and his father.'

'Where, when, how?'

Kammo told them about the meeting in Cordoba and wiped a tear with the edge of her dupatta and added, 'I wanted him to meet my first husband and first son when I ran into them in Cordoba, but that was not to be.'

Kammo's confession brought a mild smile even to Nidhi.

Kavita said, 'Our family has been particularly unlucky. No one has been spared.'

Grace did not want the gathering to end on a negative note. She therefore suddenly announced, 'I too have a confession to make.'

All the youngsters burst into a chorus, 'Wow.'

Grace continued, 'Some months after Ajit's death, someone proposed to me.'

'Did you accept it?' shouted Arjun.

Kammo snubbed him, 'Don't interrupt her.'

Grace resumed with a mischievous glint. While everybody perked up for the climax, a shiver ran down Kumar's spine fearing that she might expose him. 'I asked him why he came to me. He said he had known me for long. He said that he was in an unhappy marriage and would divorce his wife if I agreed to marry him.'

'What did you tell him?' asked Nidhi.

'I told him to try to make his marriage work. He replied that he had tried very hard but failed. "What should I do?"' he asked me.

'Take a long walk.'

Everybody laughed. Nidhi asked. 'Grace, did he accept that advice?'

'At least he made a long walk away from me.'

'Poor fellow' remarked Kammo. 'Must be walking still.'

'How cruel of you, Auntie' Nidhi commented with a faint smile.

Nidhi went back to America to wind up her affairs and return to India for good. Her parents offered her the second floor of their house. Sneha offered to accommodate her in her Music School which she was feeling hard to manage with her husband's transferable job. Reassured by the two offers she came back to Delhi after two months with some baggage and a heartful of memories of her late husband. She still had a long journey ahead of her.

Like everybody who returns from the U.S. or Europe after a long stay, Nidhi cribbed about almost everything in Delhi. There were too many people on the road. Nobody observed traffic rules. There was too much noise especially from places of worship. Shopkeepers cheated, people were not punctual. They did not keep promises, and so on and so forth. She would go on with her litany, till the family got fed up with her comments. While her family advised her to accept the reality, her friends started teasing her for her India-phobic attitude.

Kumar told her one day that she was in India not under anyone's pressure or her choice. 'Fate has brought you here and there may be some design behind it, possibly for your good. If you wish to go back, we will be OK with that. We will support you to the best of our ability.'

Nidhi said, 'I miss Tej very much. With him around I would have made something out of the ruins of my life. It is not the same thing with Sneha. With him it was a partnership of passion, but with her it is a business deal.'

'Again, it is destiny. I have a feeling you will come on top of it,' Kumar consoled her.

Nidhi felt somewhat comforted and tried to make some adjustments. But her heart was not in it. Her negativity of outlook made her bitter with almost every one. She would pick on small issues and try to impose a new pattern in the running of the household. That resulted in tiffs with Kavita. She became very impatient with her own daughter.

***

Kumar sought refuge from all this in his rendezvous with Sheila, and painting. One day he took a new easel and a box of paints and brushes to Sheila's house. She was very excited. 'At long last you have made the first move. I hope other things will follow you too!'

Kumar said nothing.

'I will wait till eternity,' she added.

Kumar said, 'Will you sit for me for a portrait?'

'Of course, my love. I will do anything for you.'

'In the nude,' Kumar said, 'and it will take some sittings over many days.'

'The more sitting, the better.' Shiela replied and asked, 'Where and how?'

Kumar chose a place near the window and dragged her settee there. 'You relax on this settee.'

She peeled off her clothes, threw them carelessly in front of the settee and lounged on her side facing Kumar.

'Perfect,' Kumar said, 'This will be my masterpiece.'

He then got busy making a sketch with his charcoals. For about an hour he worked as if she did not exist.

'I am tired now,' Sheila said.

'Over,' Kumar said and came leaning over her, casting off his clothes too.

'Now, my reward for my labour.'

'Mine too,' she said and encircling his neck with her arms pulled him down over her.

A few more sittings were held with weekly gaps. For the last sitting, Kumar made love to her before he asked her to sit.

'Why this change? You want an advance?' Sheila asked Kumar mischievously.

This is the last sitting and I am going to give final changes to the painting. Woman looks her best after her satisfied desire.

'Oh,' Sheila said surprised. 'I knew that I felt very good but did not know that I looked also better.'

'A good feeling would make anyone look relaxed and refreshed.'

'That is why I want you with me here, or anywhere, but always with me. You hold the key to my paradise, my love.'

'Now, get up and see the painting. It will improve after it dries. That will take a few days.'

Sheila was thrilled to see the painting, but, she said, 'you have made me look different, and better.'

'That is because it is not a photograph, but a painting. Painting is superior to photography because the artist contributes something of his own to the subject. That is why it is called art.'

'You have signed it as "Cum"?'

'That is my special signature for you. So that we are not caught. You can always say that an Italian painter did it.'

Both laughed at the conspiracy.

Back home, Kavita asked her, 'You haven't done any painting for some time. But you always smell faintly of turpentine.'

'Yes. That is the problem with oils. Water colour is better in that respect. It leaves no trace of smell. I should use one of your perfumes to curb the smell.'

'It doesn't matter to me, I have got used to that, but your official visitors may find it odd.'

The relationship between Kumar and Kavita had acquired a sort of equilibrium.

That happens in every marriage, only the type of equilibrium varies. Happy marriages have more playfulness, pleasant surprises and laughing, together. Couples are on a perpetual journey of discovering each other. They quarrel, but they make up. They do not have long stalemates. Kavita and Kumar were aliens from two different planets. Their egos continued to clash. They seldom made happy collaborative decisions. Over long years they had learnt barely to tolerate each other.

Kumar often thought about their relationship. One evening, he had a flash of insight. Kavita was much like his mother in many ways. Both were overbearing and control freaks. It was clear that because of similar nature, his wife and mother had a personality clash. Amongst other things, both vied for control over him. They did not fight openly but there was always a cold war between them.

Kumar did not like his mother. He had a feeling that his father, Ram Lal too did not like her. Ram Lal did not show it but children could make out what was going on. Once, and only once, when Kumar was in low spirits because of Kavita's behaviour with his mother. Ram Lal told him not to take that to heart. 'Shanti should remember her own behaviour, with my mother.' He left it there without any elaboration as if fearing that he might be caught. Kumar connected the dots in his own mind. He recalled numerous instances when Shanti said something and Ram Lal just did what she had asked without saying a word.

Sometimes, close relations would refer to Shanti as 'the queen.' Kamla and were old enough to notice that it was not said by way of a compliment but as a sneer. Kumar and Kammo often discussed about Shanti's bossy trait against Ram Lal's meek temperament. Sometime they joked between themselves about Ram Lal being a henpecked husband. But Ram Lal showed no sign of admitting that, not even by way of a joke. Shanti's decisions were always treated as bearing the mark of finality by Ram Lal. Shanti used to tell stories to children about the hard times they had gone through and how she had made them easy through financial help from her parents. She used to tell them how her mother-in-law liked to stay with her in preference to her other daughters-in-law. But Kammo and Kumar noted that their grandmother was a meek woman who fell in line with Shanti's decisions. Only when their grandmother went with them for petty shopping did she backbite about Shanti. However, she always asked them, almost begged them, not to convey her remarks to Shanti. And, of course, the children kept her confidence. Both Kammo and Kumar felt pity for both their father and their granny.

But Ram Lal never talked about Shanti's overbearing nature.

That, however, was no consolation for Kumar. He had imagined a different sort of life after marrying Kavita but she failed him. He only wanted to compensate his mother for the hard times she had passed through both in her early years after marriage, and after the Partition. Her achievements in her last phase after the Partition had bloated her ego further. Kumar did not like that. But he never shared his dislike for his mother with Kavita. That would have provided a justification to Kavita for her conduct and spoiled her.

Kumar also knew that he himself had inherited some of the traits of his mother, as of his father. It made him somewhat of a complex character. He was very touchy. His friends had a nickname for him, 'Snowflake,' vain and delicate.

At an intellectual level he understood the situation. But that did not reduce his frustration. It helped him justify his affairs. He wondered whether his father too had sought refuge with any other woman.

Kumar and Kavita's equilibrium was that of graveyard. There is so much peace and quiet in a cemetery.

***

Nidhi had been defeated twice in her life. She had managed to recover from the first blow of her first widowhood. In retrospect, it was a release. Her second defeat made her insane with grief. Inspite of the support of his parents and friends, she could not make a complete recovery.

Sneha behaved with her as if she had given her a job. Nidhi did not like her proprietorial behaviour in her school of acting and music. Her brother, Rishi too was cool to her. Whenever Nidhi complained to him about her problem with Sneha, he merely shrugged his shoulders and gave her a faint smile. She then turned to her parents. They suggested that she should set up her own school separately. They offered to help financially for the investment.

When Nidhi informed Sneha about her decision Sneha suddenly became alarmed and said that she was willing to make amends. She did not want to lose her share of income from the music section of the school which was far more lucrative than the acting section.

Nidhi, however was very firm and did not want any further hassles. Her school of music became very popular and started making profit from the very first month. She also started getting invitations for special performances.

That brought some of the old cheer back to Nidhi. She still had black days whenever she thought of Ken. He was so keen to have children with Nidhi, but it was not to be.

She talked to her mother about adopting a child. Kavita said, 'Raising a child is not easy for a single, working mother. Marriage is a better idea. You are still young enough to have your own children.'

'But Mom, fate seems to be against me.'

'No, you have had enough tragedies in your life. Now you have a right to expect happiness.'

'I don't know whether my dark phase is over, or I am cursed for life.'

'Don't say that,' Kavita hugged and kissed her head. How long ago had Kavita done that? Nidhi did not remember. She burst out crying involuntarily at Kavita's gesture.

Kumar came and asked, 'What's happening here?'

Kavita signalled to him to come and console Nidhi. He came and took Nidhi in his loving embrace. That brought up another bout of sobbing to Nidhi. She clung to her father like a lost child.

'You haven't heard me sing for a long time,' Nidhi complained to them wiping her tears.

'Yes' admitted Kumar remorsefully. 'Can you do it this Sunday evening?'

'Yes, I can.'

Kavita invited everybody in the extended family and some friends including Prema and Sheila for an evening of music, and dinner thereafter.

Nidhi felt more elated at the applause she received at the end of her recital at home than she had ever after her public performances. Everybody gave her some present.

'Why these presents?' she asked, 'It is not my birthday.'

'It is your second birth,' said Rishi and added, 'you have improved so much since we heard you last.' A fresh bout of cheer returned to Nidhi, and her parents.

***

XIV

One day, a young man came to Kammo's house in her absence. The maid told him that nobody was at home and asked him to come after 5 pm. He requested to be allowed to enter, saying he would wait for her, but the maid refused to oblige. He then wrote down his name and his contact number at Ashoka Hotel. As soon as Kammo saw the name, she rushed to the hotel. The man was sitting in the lobby and on seeing her, he got up, walked to the reception desk, and looking at Kammo, whispered softly, 'Mom.'

Kammo turned, looked at him, took him in her embrace and exclaimed, 'O Kamil, my son, my darling boy, you are here!'

'Yes, Mom, I found you at last.'

'What brings you here, my son?'

'*You*. Ever since we met last so many years ago, I wanted to be with you.'

'I am so happy. Where are you now? Where is Hameed?'

'Let's go to my room and talk.'

Kamil told her that after their last meeting, they abruptly cleared out of the hotel on hearing about Shyam's death, so as not to add to her problems.

After finishing his graduation from Lahore, Kamil was sent by his father to Harvard for MBA. After that he returned home to find his father on his death bed. He died two weeks after Kamil's return. Before his death, he gave Kamil a copy of his will leaving his entire extensive property to him. He told Kamil that half of the property may be given to his wife, Kammo. And, if Kamil wished to join his mother, he was free to do so.

'I went back to the U.S. where I got a good job. I am now an American citizen and have come here to take you to America with me.'

'Oh! Wait Kamil. I am not able to absorb all this. 'First tell me what Hameed died of.'

'You know that he had lost his legs in an accident. Due to lack of enough physical activity, he developed diabetes. He was admitted to hospital where he had to be placed on life support system. He missed you acutely and had a guilty feeling about abducting you and separating you from me. He repeatedly told me to make up for his sins against you. He did not have to suffer long and died of multi-organ failure.'

'Oh my God. What a pity. I loved him so much. But there was nothing I could do about it.'

'Yes, Mom, we are all playthings in the hands of fate.'

Kammo's face looked radiant. She said,'Destiny! You can't escape that.'

Suddenly, Kamil said to her mother, 'I want to get married. Help me find a girl.'

'It will not be easy here. You are a Pakistani. And we don't know many Muslim families with eligible daughters.'

'Mom, I am an American now, as I told you. And I am not particular about my religion.'

Then, he got up and took out his passport from his bag. 'Here see what it says.'

'Kamil H. Karan,' it read under his photo in the first page of the passport.

Kammo was intrigued. 'How did you pick up a Hindu name, specially this one?'

'Am I not Karan? A son not acknowledged by his mother?'

Tears rolled down Kammo's face. She hugged her son. 'You read *The Mahabharata*?'

'Yes. But I will not die like the Karan of *The Mahabharata*. I have come to claim my mother.'

'You have her, my first-born, and you will not remain unacknowledged. I shall take you to my family, here in Delhi and introduce you to each one of them. Let's go.'

He was warmly received by Arjun, Katy, their children, Veena and her companion. Arjun said, 'Welcome, the real Karan. I had to carry your cross for many years.'

Kammo rang up Kumar and asked him to organize a family party to meet her first-born.

Kumar invited the extended family for dinner to meet Kammo and Karan.

Kavita, however, was not happy about her visit. 'Why does she have to flaunt her sin to the whole world?'

Kumar was very hurt by her reaction. 'You know that it was not a sin. She was abducted and forced into a marriage.'

'We accepted her. But she did not disclose about her son at that time.'

'Firstly, nobody asked her. Secondly there would have been more trouble if she disclosed that, particularly when she did not even know whether he had survived. And incidentally, you were nowhere in the picture when it all happened. For you, it is the first time to show your acceptance.'

Kavita said, 'I do not agree with you, but I'll go along with you.'

'This is not the first time for you to disagree with me. Nor, I'm afraid, the last!'

Kavita absorbed the dart silently, and then, anticipating Kumar's next step asked, 'Should I buy a gift too?'

'That will be very good. It did not occur to me. Thank you.'

The tension between the two eased for the time being.

Kammo and Karan were feted by the family and Karan was overwhelmed by the number of gifts he was given. 'You have an excellent family,' he told Kammo. Then he whispered something into her ears. She thereupon announced. 'Please help us find a girl for him to marry.'

'Wow!' a chorus went up from the youngsters. Sneha said, 'Difficult to find a beautiful girl to match your handsomeness.'

Karan blushed at the compliment. More, when Nidhi chinned in, 'If only I was younger, and not related to you!'

Karan replied, 'I shall find a handsome man in America for you. That is a bargain.'

Karan and Kammo left after their memorable visit.

Meanwhile Karan had convinced Kammo to go with him to America. They went on a tour of India while the paper work for the visa for Kammo was being done. An acolyte of Shaṇti was the deputy foreign minister. He promised to help.

Kammo spent three months with Karan in America. After that she started missing home. Meanwhile proposals for Karan's marriage had started coming from the Indian community in America. Kammo and Karan met with some of the girls and their families. Finally, they found one girl, Kamini, who won their unanimous approval.

An Indian style wedding was celebrated in America. After that they came to India for their honeymoon. Kammo also returned with them.

***

Veena broke off from her companion after living together for five years. For some time, she lived alone. She had finished her PhD and was looking for a better job. She was not able to get even a call for interview after the first one. In that, she was asked about her marital status and she replied that she was single.

A member of the interview board asked her the reason for remaining unmarried at her age. She shot back, 'Is it relevant to my job?' The member felt snubbed and replied, 'No, I only asked out of curiosity.'

She knew that she had lost that job. Her sexual orientation became widely suspected when she joined an agitation for gay rights. In India, open LGBT relationship was not taken casually. It was treated as a perversity of mind and could even be penalized. In some rural places, gay women were treated as witches and were subjected to lynching or banishment from the village. Gay persons therefore were generally secretive about it and tried to make themselves invisible. One of Veena's friends had to change her residence seven times in two years just because it became known that she was gay. Veena gave her refuge and kept her in her house for a year before the latter moved to America where she got a job.

Veena was also tired of living off her mother and was looking for a way to get out of the country.

She discussed her predicament with Kammo and brother Arjun and Katy. They were very sympathetic and supportive, and Katy said she would try to find a job for in the US.

Kammo and Katy even joined a protest procession for gay rights. The police picked up some of them including Katy and detained them at the police station for interrogation. The first question the inspector asked Katy was about her husband's name. When she mentioned that, the police officer asked whether he was the same person who was running a charitable hospital and school. She replied in the affirmative.

'Madam, you are happily married. Why are you joining this crazy group,' asked the policeman?

'For their justice' she replied.

'Tomorrow you will ask us not to arrest thieves in the name of justice.'

'You will not understand the problem,' Katy snubbed him.

'OK Madam, I let all of them go because of you. But please don't join them again,' and without waiting for any response, he asked his men to release all the detained protesters.

'You can't fight such deeply entrenched superstitions in a day,' Katy came home and told Veena, 'You have to be ready for a prolonged struggle.'

Veena said, 'That is true, but I am sick and tired of constant struggle.'

'If that is so,I'll do something right away. My elder brother has recently become the president of the University of Berkeley.'

Katy sent him a copy of Veena's thesis and her CV. Meanwhile Veena continued her activism, and a lot of more gay persons came into the open. The lead was followed in other big cities and the momentum picked up.

One day on return from a procession, Veena, Kammo and Katy went home to Arjun's house for dinner. They were all exhausted and rested for a while. After the dinner, Veena complained about pain in her left breast. 'I hope I am not getting a heart attack.'

Arjun drove her to his hospital and put her through a number of tests.

'Nothing, as far as we can see but I will take a swab from your breast to rule out any malignancy. Take a pain killer if you still have pain.'

Four days later, the report from Mumbai said Veena had cancer of the breast.

It was hard to break the news to Veena.

Cancer? It always happens to others. You only offer solace to the patients and tell them that they will come out of it. But when it happens to you, it is difficult to live on the advice and empathy of family and friends. Arjun reassured her that after a few sessions of chemotherapy she would be fine.

The first session itself was like a bombardment not only of the exact spot, but of the area adjoining it. Veena felt as if all the juices had been drained from her body. She lost her appetite. She felt nausea and a general listlessness for many days. There was some sort of haze all around her. She did not want to talk to anyone. It took days of constant gentle persuasion from everyone that Veena brought herself to nibble at some fruits and bread and take some soup. When she started to feel slightly better, it was time for second session of chemotherapy. The next day after that, she requested Kammo to give her a bath.

When Kammo applied shampoo to Veena's head, a lump of hair fell into her hands. First, she wondered if she had used something else instead of shampoo. She checked the label. It was shampoo alright. She did not tell Veena about it.

However, when Veena saw herself in the mirror, she started crying, 'What's happened to my hair? Even my eyebrows have disappeared. What is happening to me, Mom?'

Katy explained to her that she would lose her hair, but it will come back later.

'If I survive,' she said weakly.

'You will, you will, darling. Your physician tells us you will.'

'Hope' is all they give you. Hope is all that I cling to now. But it seems to be slipping away from my grasp.'

Katy and Kammo hugged her one by one. Kammo said,'Here, another dose of hope. Don't let it go.'

Veena had her moods swings from utter depression to high hopes. She lost her immunity against infection and so the number of her visitors was restricted. They had to wear a mask on their mouths before meeting her.

The period of treatment and recovery gave Veena insights about the difference between her real friends and others whose inquiries were formal. Veena was lucky. She was cleared after nine months and after two more months of rest and recuperation she flew out to take her job in the Department of Gender Studies in the University of Berkeley. She regained her high spirits and became very popular with students.

However, the spectre of relapse kept on haunting her. During her happiest moments, she would imagine a lump in her breast. Maybe, she felt this time it could attack her other breast. She would panic even if she had a headache. 'Cancer of the brain, now?' she murmured to herself.

She examined her breasts every morning in her bathroom mirror and looked for the dreaded lump. She had nightmares that she was lying on the operation table and somebody was cutting up her breasts. It took more than a year of psychiatric help to get rid of these fears.

In Berkeley there was a support group for cancer survivors. They organized many functions to which patients and survivors of cancer and their families and friends were invited.

Grace's son Bharat, who was a professor at the same University, introduced her to his ex-wife, Mary. She had turned out to be gay and that was the reason for their divorce. But, Bharat added that she was an excellent person in all respects and was worth befriending.

Veena liked her. Mary advised Veena not to add to her woes by trying to reform the world. 'We should work for our own salvation rather get embroiled in public spats.'

Veena's response was somewhat brusque, 'You are advocating selfishness.' 'I am suggesting *enlightened* selfishness.'

'Hmm.'

'Can you explain that?'

'I can introduce you to my teacher.'

'*You* be my teacher.'

'I am a seeker myself. I can only tell you how I am trying to do that.'

Mary's advice kept on sinking in with Veena. There was something in her quiet, composed being that attracted Veena towards her. Mary also liked Veena.

Mary was showing Veena an alternate way life. After all, thought Veena, she had been only hitting at windmills and adding to her frustration.

They kept on meeting each other and Veena absorbed Mary's advice silently. After some weeks they decided to stay together.

Veena rang up Kammo to tell her that she had found her soulmate.

'Good. Who is that?'

'Mary. I have moved in with her.'

'Bless you, Veena. Be happy wherever you are.'

***

XV

Eight years after marriage, Sneha started having problems with Sushil. Sneha did not know when Sushil became a compulsive gambler. He would often ask Sneha for money without disclosing the reason why he wanted it. Like a dutiful wife, she would give her whatever she had. Then it became too frequent. And Sneha had to say that she had no more money in her savings. He taunted her 'What do you do with so much money that you make from your school?'

'You have taken all the money that I had made from the school.'

'Then ask your rich parents to help us.'

'They have already given whatever whey could afford. I can't ask them for more.'

Sushil flared up at her reply. 'You bitch, you make so much money and God knows where you spend it. When *I* want it, it is not there!'

It was the first time he had called her a bitch. Sneha quietly got up, went to the bedroom and gave him her bank passbook. 'Here it is. Take whatever you "son of a bitch", she wanted to say, but she held herself back, and just said, can!'

Sushil grabbed the book, shuffled through the pages and saw the figure. 'Only Rs. 500? The minimum balance. You want to make a fool of me?'

'You can see all the entries. I make about Rs.10,000 per month. You have been drawing more than that.'

'You must have kept some amount somewhere. All women do that.'

'You can search the whole place. I haven't kept any secret from you.'

Sushil changed the track. 'All these years and you haven't given me a son. Why?'

'I cannot do anything about that, you should know.'

'You mean the fault lies with me?'

'I did not say that.'

Sneha's composure added to his anger. He got up and shouted, 'I shall fix *you woman*. Beware,'

With that parting shot, he stomped out of the room.

Sushil did not show up for the next two days. Meanwhile some students had paid their fees. Sneha had about 2,000 rupees in her bag. Sushil returned the third day and asked Sneha if she had arranged some money.

'Why do you need so much money? Where do you spend all your salary and whatever you take from me?'

'Invest. I invest the money. One day I am going to be a millionaire. The day I get my lottery.'

'So, you gamble away all the money?'

'You wait and see. Have you got any money now?'

'No. Except these fees which came today,' she opened her bag.

He counted the money. '2,000 rupees. I can repay some of my loans with this amount.'

'You have debts also?,' an exasperated Sneha asked.

'Of course, I am playing big.'

'Please leave at least Rs. 1,000 so that I can run the kitchen.'

Sushil went away with the amount without saying anything.

Sneha got used to the new routine.

One day, Sneha came up from her school on the ground floor to pick up something from her bedroom. As she opened the door, she saw Sushil sitting on the bed and fondling Reshma, while she stood there terrified. Her hand was in Sushil's open fly.

Sneha flew into a rage and snatching away Reshma from his side, shouted, 'You rascal, get out this moment from my house.'

'You bitch, you speak like that to me,' Sushil shouted. Then he got up from his bed, opened the almirah and took out his service revolver. Cocking it at Reshma, he shouted, 'One more word and I'll shoot both of you dead.'

'Here,' Sneha stepped forward and dared him, 'Shoot'

Sushil's hand was shaking. He pressed the trigger. The bullet grazed Sneha's shoulder and hit the wall behind her. Reshma started crying.

Hearing the commotion and the sound of the firing, Sneha's manager and some students came rushing upstairs. Someone attended to the minor injury suffered by Sneha. She asked the manager to ring up the police control room. Sushil tried to run away. But the students overpowered him and pinned him down to the bed. Soon a police jeep came. The officer noted the statements of Sneha and Reshma. He rang up his senior officer on the wireless and was told to stay put there. A few minutes later, the boss came, took Sushil into custody and left his deputy to collect the physical evidence carefully.

The manager had also informed Rishi. He rushed to Sneha's house and was shocked to hear the story. He took Sneha and Reshma to his house.

Next morning, the newspapers reported that a senior officer of the police, Sushil Kumar, had been suspended for misconduct. His creditors had filed for recovery of over a million rupees he had borrowed for gambling. It added that he was also being investigated for molesting a minor and attempting to murder his wife.

Reshma kept trembling and sobbing all night in Sneha's tight embrace.

Rishi and Neeti asked Sneha that Sushil would certainly get a jail term. However, if she wished, they would try to pay off his creditors and save him.

'No way, Dad. He is a beast. The only proper place is a jail. I'll have nothing to do with him.'

Sneha stayed put in her parent's house and Reshma attended her school under police protection. Soon, she also filed for divorce.

This development cast a pall of gloom over the whole family. Everybody was badly shaken. For helping Reshma recover from the trauma of prolonged sexual abuse, Sneha started taking her to a psychiatric once a week for counselling. Reshma told her that the molestation had been going on for over a year. Sushil had threatened her that if she made any noise or complained to her mother, he would kill her.

Some members of the family and friends advised reconciliation with Sushil. Sneha reacted with a warning that if the advice was repeated, she would stop talking to them. 'That beast, that rogue, there is no redeeming feature in his character. I will commit suicide if I am forced to accept him.'

Sushil was sentenced to seven years' imprisonment with hard labour. Sneha was also granted divorce.

She began a new life of a single mother with a 'determination' never to marry again.

***

Nidhi felt a perverse feeling of triumph when Sneha suggested that they team up again and merge their respective schools under one banner. She even offered to play a second fiddle to her. Nidhi felt a sudden surge of sympathy for her unfortunate niece.

Soon the aunt and niece had started talking light-heartedly about their matrimonial prospects.

One day, after attending one of her concerts, Sneha said, 'Aunt Nidhi, you can captivate any man with your voice.'

'And you can do so with your looks and acting even more easily.'

'But I have a handicap, Reshma, whereas you are a free bird.'

'You have youth on your side. And an aura of having been a filmstar.'

'Oh, that was ages ago. None is more pitiable than an old heroine.'

'My tragedy was the death of my first husband Shravan. An adorable person.'

'Mine was the death of my second husband, Ken, a real loving mate.'

'Maybe we can be lucky, a third time.'

And both laughed 'Let's keep looking out for a suitable man for each other.'

Nidhi had problems with her mother. A daughter once married off, can never be fully welcome in her parental house. While Nidhi had adjusted after her initial difficulties about life in India, Kavita had started feeling jealous of her. She did not like Kumar spending time with her or looking after her comfort.

Once she told Kumar, 'Nidhi has been married and widowed twice. She should learn to accept her situation.'

'What?' asked Kumar in shock, 'and wear white sari and spend her time reading The Gita?'

'No, but not behaving like a teenager and looking for men to go out with.'

'Won't it be good for her and you if she found a man. It is not easy to be a single woman and you know that.'

'No, I don't. I have never been one.'

'Just imagine. You were once young. Put yourself in the shoes of Nidhi and Sneha'

'It is their own destiny. One can't help.'

'No, one can, with understanding and empathy. Love and sympathy are children of imagination.'Kavita cut in, 'You mean I lack imagination!'

The exchange was becoming bitter. Kumar beat a retreat into his studio.

A somewhat similar situation was developing between Sneha and her mother, Neeti. Sneha noted that and quietly modified her behaviour suitably.

They shared their common problems and consoled each other. That strengthened the bond between Sneha and Nidhi.

Rishi felt her daughter's suffering acutely and tried to make every effort to make amends for Neeti and Kavita's behaviour.

Reshma also understood the situation and tried to bring cheer into her mother's life. Nidhi that way, was alone. How she wished she also had a daughter of her own. That feeling roused a feeling of love for Reshma. The threesome, Nidhi, Sneha and Reshma rigged up common programmes for going to movies and parties with their friends.

During Reshma's summer vacations, Sneha and Nidhi also closed their school for a fortnight and went to some Himalayan resort for holiday. The more they tried to make their lives comfortable in their mutual company, the more jealousy they aroused in their respective mothers. Strangely, for the first time,

Kavita and Neeti started meeting each other to bitch about their respective daughters. They blamed their daughters for parasiting on their parents. Together, Nidhi and Sneha earned themselves enough to look after themselves and they never asked for a penny form their parents.

If they knew the extent of resentment they caused to their mothers, they would have promptly moved out to another flat. But minimum courtesies were observed by the two older women and it was an occasional jibe that betrayed their real feelings.

One day Kavita joked with Nidhi and asked her 'When are you getting married a third time?' Nidhi blunted out. 'After your second marriage.'

Kavita promptly complained about Nidhi's reply to Kumar and said 'See your daughter's gratefulness. She wants you dead.'

Kumar told her that it was foolish of her to have asked the question in the first instance.

Kavita, retorted, 'With you I am always in the wrong.'

'Ask Rishi about it,' Kumar suggested.

'He is your son after all.'

'Ask any of your female friends.'

'I don't have to ask anybody when my husband cannot stand by me.'

Kumar withdrew from her and went to his studio.

Kavita made her parting shot, 'You have never made a portrait of mine.'

'No painter ever made a portrait of his wife, atleast none that I know of.'

'Why is that so?'

'For not making things worse at home.'

'But some of the wives must have been beautiful.'

'It is not the external looks that a painter paints. It is the inner beauty that he tries to capture.'

'Of course, I will fail in that test with you.'

Kumar kept quiet and started picking up his brushes.

***

Ravi was doing very well in his job. Nobody could say he had ever had a problem. He was promoted twice in the last four years and had become general manager of the marketing division of a multinational company.

One day he told Neeti that he was now ready for marriage.

Neeti was glad to hear what she had been waiting for a long time. 'Shall we look for a girl now?'

'No. I have found one.'

'Good, who is she?'

'She is a Muslim girl.'

Neeti turned pale on hearing that. She called Rishi and told him about Ravi's proposal. Rishi said to Ravi. 'We have no problem. But there may be some in her family and community.'

Neeti asked Ravi 'Does her family know? Have they agreed?'

Ravi replied, 'I wanted to obtain your clearance first. Will she have to convert?'

'No,' said Rishi without any hesitation.

Two days later Ravi raised the topic again.

'Her family has one condition.'

'What?'

'They want that I should convert and have a Muslim marriage.'

'What did you say to that?'

'I have come to ask you.'

'Our reply is *no*. In a love marriage no conditions are laid down.'

'I told her the same thing.'

'What did she say?'

'She cried and said, in that case, it is better to return to respective shells.'

'So, that was that? Where did all the love go?'

Ravi kept quiet for a while and then said sheepishly, 'I am willing to convert.'

'Why you, my son? It looks to me that it is a case of infatuation on your side and calculation on the other. Such marriages are doomed from the beginning.'

'But we love each other very much,' Ravi protested.

'You are old enough to understand the difference between love and infatuation.' Ravi added after a pause, 'All right, don't meet her for a month and then see what happens. Meanwhile we shall arrange for you to meet some other girls.'

'That will be betraying her. I can't do that.'

'No. It is not a betrayal. It is a test.'

Ravi kept quiet. After some time, he got up and left.

Rishi reported this to Kumar. He spoke to the head of the company where Ravi was working. The latter told him not to worry.

Two days later, Ravi received orders to proceed to South Africa and some other African countries for a month to survey the market there and report.

When Ravi reported this to his parents, they feigned ignorance and expressed their surprise. 'Providence has intervened. Let us see what happens,' remarked Rishi. Ravi told his girlfriend about that. She said she would not be able to withstand her parents' pressure to marry someone else.

Ravi told her she was free to do whatever she wished. He loved her and would not stand in the way if she wanted to choose someone else.

Meanwhile Rishi and Neeti let it be known amongst their friends and relatives that Ravi was now available for marriage.

By the time Ravi returned after a successful tour, a heap of pictures of eligible girls along with their particulars was ready for his perusal. On top of the heap was the wedding invitation of his girlfriend.

At first Ravi felt enraged at her betrayal, then he felt relieved.

The family then went through all the proposals and short-listed three girls. The one they selected finally was a paediatrician, Ratna. Ravi dated her for about a month and gave his OK.

The wedding came in the family after a long time. It was a big affair at which three generations of the family got together. There were two notable absences, Kammo and Veena. Kammo was seriously ill, and Veena was nursing her.

After the wedding, Ravi and Ratna went to Hyderabad to see the work being done by Arjun and Katy in the Mangalapalle village.

Ratna said she wanted to start a similar facility for orphans near Delhi. Kumar donated fifty lakh rupees from the family charitable foundation named after Ram Lal. Other philanthropic organizations and individuals chipped in. Grace donated five lakh rupees in Ajit's memory. Arjun and Katy helped with their technical services.

Shortly after the work on the project started, came the news from America that Kammo had died of a silent heart attack during her sleep. Karan and Kamil sent a donation of twenty thousand dollars in Kammo's name. Ravi and Ratna decided to name the facility after Kamla.

Kamla's death was a big blow to Kumar. They had been the closest siblings since their halcyon days in Lahore. Tears welled up in his eyes recalling the tragedies in his sister's life. When Ram Lal had spurned her, Kumar had risen against his father and played a pivotal role in tracing her and bringing her back. He thought of Ajit, his elder brother whose wisdom and silent love for the family was deep and unbounded. Everyone who had ever met Ajit came to develop great respect for him. Kumar then thought of Grace, who had evolved into a sort of mother for all in the family. She never interfered in anything but was always forthcoming if someone approached her for advice. She evoked a loving respect. She sometimes hummed Punjabi folk songs and some *shabads*—passages form the Holy Granth.

His wandering mind then went to Nidhi, his daughter. How unfortunate she had been, and worse, Sneha. How she had coped with her tragedies! Next, he thought of his son Rishi. Oh, what a hail of misfortunes he had suffered!

Compared to Rishi, he had been much better off. He had built his escape route to Sheila. The time he spent with her was sheer bliss. A gift of God she had been to him. But her insistence on marriage sometimes annoyed him. Why couldn't they live like that?

'Like thieves?' was Sheila's reaction to his question. At such moments he wanted to flee from her.

***

XVI

Suddenly, Kavita came rushing in crying and startled Kumar from his reverie.

'What's happened?' Kumar had never seen Kavita in such miserable state.

'We are ruined. Oh, my son Rishi…'

'What about him?' Kumar asked Kavita as he held her in his embrace.

'Let's rush to Ravi's project site,' Kavita continued to wail.

The phone rang. Kumar picked up the receiver.

'Sir please come to the Wellington Hospital straight. Not here. We will all be there in 10 minutes or so.'

By that time Kavita had collected herself and become a little quieter. Amidst sobs she told Kumar that Rishi had gone to see the site of Ravi's project before its formal opening on Sunday. Suddenly, a brick from the third floor fell on his head fracturing his skull,' she sobbed again, 'our son has left us.'

'Oh, my God,' said Kumar and for the first time, choked for words. He kept on mumbling 'Oh, my God!' amidst deep sighs from time to time.

Neeti, Nidhi, Sneha, Reshma were all there at the hospital. Rishi's body had been taken for post-mortem.

Kavita and Kumar took Neeti into their embrace. Kumar said sobbing, 'Grave injustice done by God. How could he go when I am still alive?'

Neeti stood like a statue. She said no words, shed no tears. She saw only haze all around.

A whole host of people came to offer their condolences. Kavita and Neeti had were sedated and visitors were kept away from them.

Rishi's sudden and unexpected death changed everything in many ways. Kumar had planned to give him a surprise by retiring from the company, and making him chairman the following month. He called Ravi and Neeti and suggested that Ravi should resign from his company and become Managing Director of the family company. Neeti could join Ratna in the new project named after Kammo. It was also decided that the new project should carry Rishi's name along with Kamla's.

Things settled down in due course of time. Rishi's name became a memory, dear and sacred in varying degrees within the hearts of family members. Neeti even began to joke with Sneha and Nidhi that she had joined the widow's club.

Neeti's outlook and attitude in respect of her daughter and sister-in-law also changed. Now she empathized with them. She even suggested that they should form a Widows' Association. They had special problems, not just financial, but also emotional and psychological.

They discussed the proposal with some widow-friends and soon the association came into being. They named it 'Nari Niketan' where Neeti, Nidhi and Sneha came across a bewildering variety of problems—financial, physical, emotional and social—particularly amongst poor women. Some widows had to suffer continuing sexual abuse by the father or a brother of their deceased husband. Others had their rightful property misappropriated by the in-laws and then submitted to abuse or just thrown out. Yet others had to support their children by themselves. They worked as domestic maids from early morning to late evening without any break. Some were driven to whore houses to support the family. Nidhi's, Neeti's and Sneha's problems were nothing in comparison to what they saw in the case of others. They started sorting them out and contacting various authorities to help the poor and unfortunate widows. They formed groups according to the nature of the problems. They experienced joy when they were able to help some poor widow out of her misery, and felt frustrated when they came across rigid orthodoxy. But they never gave up and felt happy that they were making a difference in the life of others.

Their biggest success was in the field of child-widows. They were children who were married to old men who died within a year or so of their marriage.

Ratna also became interested in the movement and took it up as a part of the outreach programme of the Kamla-Rishi Foundation. They were able to get many child-widows remarried and started holding mass child-widow marriage functions. Some philanthropists came forward to give the new couples financial help to set up their homes. Soon they were able to set up a warehouse where all sorts of household items donated by people were stored to be given to widows on their remarriage

One day an old and well-off widow came and told Sneha that her face seemed familiar to her. Sneha laughed and told her she might have seen one of her films.

'Oh, you are that heroine! My favourite. How did this happen to you?'

'It is simple, when a married man dies, he creates a widow.'

'But you are too beautiful and young to remain a widow.'

'I failed not once, but twice, well almost,' and Sneha told her about Shravan and Sushil.

'I shall make you third-time lucky.'

'How? I have decided not to marry again.'

'Will you at least consider my proposal?'

She sounded so genuinely concerned that Sneha smiled in response.

She invited Sneha, Nidhi and Neeti to tea at her house the following Sunday. At the party were her younger brother, and a grown-up son. The brother was a rich business man. He had lost his wife in an accident 10 years ago and had decided not to marry again. He was childless and the hostess told them that Sneha reminded her about his deceased wife. 'She too was very beautiful!'

Sneha blushed at the compliment. She felt something dormant in her suddenly stirring up to life at the sight of the man. 'How long ago did she feel like that?', she wondered. She heard Nidhi's voice, 'You know that she has a daughter and that she runs an acting school. She is involved in widows' welfare.'

The hostess replied, 'Yes, we know all that.'

Then, a male voice spoke. 'None of her activities and hobbies need to be given up. She would be free to do whatever she likes.'

The exchange seemed too good to be true. Neeti then added, 'You know she has had very bitter experiences.'

The man replied, 'She can forget all that. I will try my best to make her and her daughter happy.'

There was nothing more to add by way of disclosures and assurances.

Nidhi asked, 'What sort of ceremony would you like to have?'

'Simple civil marriage. And tea for the two families after that.'

Everybody smiled. Then the old lady said, 'Sneha and Ramesh should perhaps like to meet separately to find out more about each other.'

Reshma was delighted to hear that. In her own way, the little girl had been worrying about her mother, as mothers worry about their daughters. The new developments made it easy for her to pursue her own dreams without worry.

The first night after her marriage, Sneha clung to Ramesh. When he fondled her, something went stiff in her body. She started sobbing and shivering.

'What is wrong, my love?' Ramesh asked her gently. She continued to shiver and then murmured, 'I am afraid.'

'Afraid of what?'

'You.'

'Me?' What is there to fear me about? I am your husband. I chose you. I am there to make you happy.'

'Where is your revolver?' Sneha was still shivering.

'Revolver? I have no weapon with me.' He put on the side lamp, raised his hands and said, 'See. No weapon.'

Sneha saw the naked male torso bent over her. She covered her eyes with her hands and said, bashfully, 'Oh, please put off the light.' Ramesh did accordingly. Sneha's shivering stopped. She responded to his moves. A flood gate of lava flowed from her. She slipped into an eternity of bliss. So did Ramesh. Suddenly she saw sunlight entering through the slits of the window blinds. She looked at the bed to find that Ramesh was not there. She got up, put on her gown, and hurried out of her bed.

She found him in the balcony, sipping tea.

'Got up? Had good sleep?' Ramesh asked her.

'Why didn't you wake me up?'

'You must have your full sleep. There is no hurry. Like to have some tea?'

'Yes, please.'

The servant brought a tray of biscuits and tea.

'From tomorrow don't leave my bed. Wake me up and I will make tea for you.'

'As you please. This is your house. Do what you want and the way you want.'

'I have long been a stranger to happiness,' Sneha said as she took a sip of tea.

'Me too,' Ramesh said with a smile, 'we will discover new happiness together.'

A tear drop fell from Sneha's eyes into her cup.

***

Reshma stayed with her mother and stepfather for two or three weeks. After noting that Sneha had settled down with her new husband, she told her mother that she would like to go to a residential school. That suited the new couple also, who could travel freely together. Reshma was admitted to The Lawrence School, located in the sylvan surrounding in the hills of Kasauli in Himachal Pradesh. It was a co-educational school which encouraged independent thinking, and Reshma was very happy to see happy young faces and friendly teachers. Sneha and Ramesh told the principal and her tutor about her background of sexual abuse by her stepfather. The principal assured them that they would take care of [offer counselling to help her overcome] that, and hopefully, rid her mind of her past ghosts.

After settling Reshma, Sneha made a visit to Kumar and Kavita. Her grandmother asked her if she was happy.

'Too early to say,' she replied and added, 'my life has been a piece of parched land with long spells of drought and scarcity, and an occasional drizzle.'

'This time it looks that your life calendar will have regular monsoons.'

***

In 1991, India saw the dawn of liberalization and globalization. Its markets were flooded with imported goods. It was followed closely by the information technology revolution. Internet started making the postal correspondence virtually redundant. People started using email for being in touch with each other, and a desktop became a status symbol as the rotary phone used to be earlier.

Ravi was quick to grasp the changes. He changed the offices of the company and the Kamla-Rishi Foundation to accord with new technology. He also gifted desktops to all members of the family. Kumar was excited by the computer and the things it could do. Ravi told him that he could even paint and print his paintings without messing with turpentine oil. The internet connected all members of the family in India and abroad. Letters now became e-mail. It was to-the-point and immediate, and at no cost. Time lag was almost abolished.

It was a continuing revolution. Soon mobile phones made their appearance and they became a part of one's essential toolkit. Gradually, factory workers, auto-drivers and even farmers started carrying mobile phones.

Those who did not follow the new demands of technology were left out. Literacy now meant computeracy.

Kumar always kept pace with new developments. That deepened his bond with Ravi who helped him with any problem he encountered. How life had changed, he wondered. Traditionally, parents and grand-parents used to advise children. Now the roles were reversed.

***

After rejecting many matrimonial proposals out of sheer fear of her bad luck, Nidhi decided to adopt a child.

She selected one boy not yet one-year-old. She had him medically vetted before taking him home. He was called Raju, short for Rajesh Kumar. Raju became an instant hit with every member of the large family. Each stage in his physical and mental growth was minutely noted. Nidhi took him everywhere she went including her school of music and dance. Young boys and girls from Nidhi's school would play with him during their recess.

Everybody was forever bringing toys for him. Nidhi made him sleep with her at night and enjoyed his soft and warm physical touch. She had never enjoyed sleeping, and being disturbed in sleep, as with Raju.

When she got up in the morning, she spent a long time watching Raju asleep blissfully. When it was time to wake him up, she kept her hand on his cheek softly. Raju moved, opened his eyes, and smiled. Nidhi would pick him up, hug him and did some baby-talk with him. These were ecstatic moments for her. She did not want anything else in the world.

One evening when she came and saw Kumar according to her daily routine, she noticed that he was busy with his toy—the computer. As Kumar saw the shadow of Nidhi fall on his computer, he immediately turned to greet her. 'Where is Raju?' Kumar asked. 'He was here. Must have gone to Mom,' and she looked in the direction of the bedroom.

Kavita, like everybody else in the family, always had some goodies for Raju. She deliberately hid them so that Raju should ask for them in his half-word, half-gesture lingo. She would playfully tease him for some time before giving him the goody. As soon as he got it, he would scoot out of the room and rush to Kumar for claiming another gift from him.

Kumar yielded easily that day. Having disposed him of, he turned to Nidhi and asked her, 'Would you like to marry?'

Earlier, whenever she was asked this question her reply had been an assertive no.

This time she merely asked 'Why do you ask, Papa?' Kumar noted the change in the tone of her response.

'You need some help to tackle this rascal,' and after she smiled in response, added, 'there is a young man who has been asking me. I told him to speak to you but he is somewhat shy. He has seen you in the school and on the stage and seems to have fallen in love with you.'

It is strange how desire grows. After having adopted Raju, Nidhi had unconsciously started feeling the absence of a man in her house. Raju's need for a father was the apparent reason which she gave herself. Behind that smokescreen was the dormant urge which grew steadily in her body. The warmth of the body of Raju stirred in her the desire for the warmth of a man's body. She wanted to have someone with whom she could share Raju's future. These thoughts had been going on in her mind for the last few weeks. There was nobody with whom she could share these for fear of being made fun of.

After a pause, she replied to her father, 'Let me meet him.'

Kumar was delighted. He said, 'Actually, there are a number of them? I have put their pictures on the computer so that you can see them and then decide.'

Meanwhile, Kavita, who could catch snippets of the conversation, came out of her room and joined Kumar and Nidhi.

'What is going on?' she asked.

'Arranging a *swayamwar* on the computer. Come you can also help.'

'Interesting,' she said, 'I am glad Nidhi has agreed.'

Kumar ran the pictures on the computer monitor one by one. Along with that he kept on reading aloud the particulars of each man.

It took them about an hour to discuss all the candidates on offer.

'So, what do you say, now?' Kumar asked Nidhi.

'Papa, can you forward all these to me on my e-mail? I'll like to go through them alone and then revert to you.'

After putting Raju in bed Nidhi saw the pictures one by one on her computer screen.

At night she dreamed about some of them and imagined them by her side in the bed. Raju on one side, and a man on the other.

Suddenly, an idea struck Nidhi. Why not consult Raju in the matter? After all it was going to impact his life as much as hers. She looked at Raju, deep in his sleep like an angel. She did not want to disturb him at that time.

In the morning she picked up Raju and made hime sit in front of her desktop. Raju already knew how to start the machine. Nidhi then opened the pictures file and asked him which man he liked. He saw all the four pictures and put his little finger on the third picture.

He was one of the two she had herself shortlisted. Then, she ran the two pictures again and asked him to select one. He again put his little finger on the same picture and said, 'Papa.' Nidhi's heart leapt up and she kissed Raju. 'Good boy' she said as she squeezed him in her arms.

In the evening Nidhi narrated the story to her parents. They laughed at the novelty of the method of selection adopted by her. She requested Kumar to ask the selected man to speak to her. Accordingly, Aren spoke to her the next evening. His voice was gentle. He invited her for dinner at an exclusive restaurant. A research scholar, he was studying some aspects of the minor royalties of Rajasthan. Her name had cropped up as the last Rani of Teesgarh. That awakened his curiosity about her and he spent some time to trace her. 'Your mother-in-law was full of praise for you.'

'I am surprised about that. She was so nasty to me when I was there, and even later.'

'I know. I know your subsequent story. Ken too was a friend of mine, but somehow I never met you in his lifetime.'

Nidhi looked at his keen eyes, and the gentle scholarly face.

Aren then turned to himself, 'I am 41. I never married. I lost my parents and being the only child, I inherited a vast property. So, now I can afford to do what I love to. Apart from my research, I love music and theatre and like to see new places.'

Nidhi listened to his self-introduction in silent admiration. Then she smiled with her eyes.

'Anything you'd like to ask me?' Aren asked.

'Nothing, and what about you, any questions?'

'You know I have a two-year old adopted son?'

'Yes. I hope to get on well with him.'

Two days later, Aren visited Nidhi and met her parents. Raju ran up to him and Aren picked him up, Raju smiled and said 'Papa.'

Everybody laughed.

A month later Aren and Nidhi had a civil marriage and some of his friends joined for dinner with Nidhi's family.

The Rajmata of Teesgarh sent a jewellery set as a wedding gift for Nidhi and invited the couple to visit her.

Two months after their marriage, Nidhi, Aren and Raju want to Teesgarh to pay their respects to her and thank her for the gift. She had grown old beyond recognition. Death was hovering around her bed.

Nidhi touched her feet. The Rajmata raised her hand weakly and placed it on Nidhi's head by way of her blessing.

'Good, my daughter, you have come in time. My time is up. You are the last Rani of Teesgarh. Then, she motioned her maid who brought a leather bag closed with the seal of Teesgarh. These are the keys to all my possession and to the strong room which contains my will giving everything to you. May you live together happily for ever.'

After performing Rajmata's funeral ceremonies, Nidhi went to meet the royal astrologer. He gave her his blessings and asked her not to desert Teesgarh.

'How can I?' Nidhi said and presenting Raju to him, asked, 'tell me something about him.' The astrologer held Raju by his hand and said. 'He is not your son. He is a bastard. But since you have adopted him, he is going to be a very big man. Look after him.'

***

Kavita came to Kumar while he was painting. He looked back at her and said tenderly, 'We have one more marriage to perform before we sit back.'

'I know. You mean Neeti. But I am not in favour of that.'

'Why?'

Kavita had gone into depression after Rishi's death. She missed him very much. She had a big portrait of Rishi on her bedroom wall. Every morning she spent a minute or so looking at it till her eyes became moist. She made a special prayer for peace to his soul. She did not want to have Rishi replaced with some outsider.

She replied, 'Daughters-in-law cannot become daughters. They should stay that way.'

'Here we go again. You should see things in new light. Suppose she goes and marries somebody on her own?'

'I shall not see her face again.'

Next time Neeti came, Kumar patted her on her head and said, 'You came into this house as a daughter-in-law. However, after Rishi's passing away you have become our daughter.'

'That is true, Dad.'

'I am worried for you.'

'Why? I am ok as I am. Ravi and Ratna are good to me. So is everybody else, especially you.'

'I have been thinking that you should get married.'

'Let's change the topic, Dad.'

Kumar shut up.

***

XVII

Kumar had a reason for his view. Rishi had once approached him to divide the family property and the company. When Kumar asked him about the reason for his proposal, Rishi replied that he wanted to retire and to revert to his first passion of making films.

'That you can always do.'

'I also want Ravi to become MD of the company.'

'That will happen in any case. If he wants to come to the company, he is most welcome. In fact, I asked him sometime back and he said not yet.'

'He told me something different.'

'We can call him and ask what exactly he wants.'

'In front of you, he may not say anything. He might feel embarrassed.'

'Am I such a tyrant? I am chairman and you are the MD. It is a private limited company in which the family has the majority shareholding.'

In fact, Rishi was drunk. That is why he was incoherent and was making such meaningless proposals. Neeti had complained about Rishi's drinking problem. Kumar had sternly advised him to be moderate in drinking. Rishi kept quiet but his conduct did not show any change.

That was a few months before his death. Kumar had not mentioned this exchange between him and Rishi to anyone.

One evening when Rishi was drinking and Neeti was insisting that he should have no more, Rishi said, 'Neeti you should be grateful that I drink.'

'Why?' Neeti asked in angry surprise.

'Because alcohol makes a man make love even to his wife!'

'A bad joke,' Neeti said and added, 'without alcohol you would not?'

'No, it makes it easy. It makes you forget all hurts for the time being.'

'Now listen,' Neeti retorted, 'From now on, I shall not let you touch me when you are drunk.'

'You will regret that,' Rishi blabbered, 'in any case let the new rule be operative from tomorrow. Now I love you too much to sleep alone.'

Neeti was half-hurt and half-amused by Rishi's plea. She also loved him too much to let him suffer.

Her new rule worked for sometime. But very soon it was ignored because Neeti herself did not want to enforce it. The flesh is always weak.

Now and then, Neeti threatened him with divorce if he did not change his ways. She had shared her frustration with Kumar. The latter sympathized with her and asked her to be patient. In any case, there was nothing else he could do.

Even before the brick fell on Rishi's head, Ravi had requested him to wear a helmet like everyone else. Rishi had brushed it aside saying, 'Am I a miner, or is it a war zone?'

It was providence's way to solve Neeti's problem. Death removes every black bolus from the memories about deceased. Every person is ennobled post-mortem.

So, there was a reason for Neeti to be chary of remarriage. She did not want to gamble again. She told herself that she must carry the cross for the rest of her life. It was not easy to find a soul-mate in life.

It was not as if Neeti had withdrawn from life. She had friends from old days, couples, widows and widowers. She attended parties and enjoyed flirtatious attention of men for the duration of the parties. She arranged family functions and observed all ceremonies but she refused to be treated as a widow.

Once a couple-friend of hers set up a small Vishnu temple in their house and invited their friends to attend the puja ceremony. A priest was giving the sanctified coconut water to all women when they came to get the deity's blessings.

When Nidhi turn came to go to the temple, the host stopped her saying, 'Widows are not permitted.' Nidhi blew her top at the public insult and abused the host in the choicest words. 'Why did you invite me if I was not to be allowed to receive the sacred water from the priest? Did you not know that I am a widow? Give me back the gift that I brought and do not ever come my way in the future, you rascal!'

The invitees sympathized with her and admired the stand she had taken. As she left the place some young women also left with her. The word spread that she was not to be treated lightly.

For days after that event she wondered whether she should get remarried if only to claim full acceptance of the wretched society.

She shared her thoughts with Nidhi's husband Aren with whom she had developed rapport lately. He explained to her, 'Our society is patriarchal and every custom and rule is heavily loaded against women, especially single women.'

Nidhi added, 'Neeti, get married and enjoy.'

Neeti smiled wanly in response.

***

Neeti did not accept Nidhi's advice. Instead, she got involved herself deeper with Nari Niketan to get widows remarried and look after their welfare. In that work she met a lot of women wanting men and a lot of men wanting women. Neither category was too fussy about the sort of mate who were acceptable to them. Most of them, particularly women, had suffered in marriage but it was much less than what they had to suffer as single women, divorced, widows or even unmarried.

Marriage provided a haven for vulnerable women. The younger the widow, the greater the risk of her being lured into a fake marriage only to be sold off. Quite a few amongst such poor women ended up as whores in cities around the country. They were illiterate and not job-worthy. The Nari Niketan arranged literacy classes and vocational training for them. This increased their value for jobs, or for self-employment and remarriage.

Neeti now understood the risks to which widows or even single women from good families were exposed. Men who came to look for wives in the Nari Niketan cast lustful glances at her. Some even had the temerity to ask whether she too was a single woman. She also realized through her experience that social welfare work was full of frustration, not only because of the magnitude of problems but also because of the shocking ingratitude of the beneficiaries. Some of them exploited the organization and the individuals who ran it. Many a time, Neeti thought of giving it up. She shared her concern with Nidhi who advised Neeti again to get out of it and settle down in a small family of her own.

One day a posh car pulled up in front of the Nari Niketan office. A handsome middle-aged man came out and asked to see the director. He was brought to Neeti.

He said, 'I have heard of the good work you are doing here and I wanted to contribute my mite to it.'

'That's very good,' Neeti smiled.

After some enquiries about the scale of operations and funds crunch, he asked, 'Will five lakh rupees be ok?'

Neeti looked at him in wonder and said, 'That would be great. We seldom get such a big amount in one go. She then called the treasurer. He bowed to the donor, opened his receipt book and said politely, 'May I know your name, Sir?'

'Shekhar Kumar' replied the visitor. Then, turning to Neeti, asked, 'How did you get involved in this work?'

As he bent his head to write the cheque, Neeti had a brief look at his handsome and gentle face. She waited for the treasurer to go and then told him about Sneha and Nidhi and her own case and how they came to start the organization.

'Interesting,' Shekhar said, 'so you do it out of altruism for the unfortunate women, not to get something out of it for yourselves.'

'We get satisfaction.'

'Of course,' he said, and got up, gave her his visiting card and said 'I hope to meet you again sometime. Meanwhile, good luck.'

'Thanks a lot.'

Neeti looked at the card. It belonged to the chairman of a large company. She got up to see him off to the car. A liveried chauffer opened the door of the car. As Shekhar settled down in the back seat, the car sped away.

His image stayed in her mind for a long time. It accompanied her to her home.

At home she proudly announced, 'Imagine what I got today.'

Everyone was keen to know.

'A donation of five lakh rupees.'

'Who made it?'

'A man called Shekhar Kumar. Came in a sleek, shiny limousine.'

'He has many of them. He is a real tycoon. He gave a similar amount to our hospital' said Ravi.

'You know him?'

'Not much, grandpa would, I think.'

Neeti spoke to Kumar very reluctantly lest he should smell a rat.

'We got a fat amount today.'

'Very good. Who was the donor?'

'A man called Shekhar Kumar. Do you know him?'

'Oh, that man. He makes donations on an impulse.'

'Why? Does he have a lot of money?'

'Yes. He inherited a lot. And then he built up an empire in import and export.' After a pause, he added, 'he is a regular at the club, whenever he is in town. Plays a game of tennis, has a swim, takes his dinner and disappears.' Neeti did not want to ask more questions.

A cobra from deep down the debris of her loveless widowhood raised its hood and hissed. Nidhi felt afraid that Kumar might have heard the hiss. Shekhar, that gadfly, buzzed around her all the time her. She could not swat it. He was the sort of man who would make any woman want to be seen with. Neeti imagined him teaching her tennis, swimming with her and then sharing a meal together. Then … , she let her mind roam everywhere with him. She imagined her asking him, 'Why always have dinner at the club? Let's go home. I'll cook a delicious meal for you.' Or, 'let us go to some swanky restaurant. I know so many of them.' She was always imagining him in front of her and having an intimate chat or doing things with him. She, who had rejected summarily any idea of marriage, now was impatient to be with Shekhar, marriage or no marriage, her prince charming!

Nobody knew about her change of mind. She could not share her new urge with anyone, not even with Nidhi. Suppose she did not succeed?

Two days later, she found herself asking Ravi, 'Are you a member of the Gymkhana Club?'

'Yes. We all are. You too.'

'Oh, I forgot that. Yes, Rishi seldom went there in the last few years. I have never seen you visit it.'

'Where is the time, Mom? My work here, and with Ratna.'

'But you should look after your health. Some tennis, some swimming. We taught you all these, remember?'

'I try to go once a week. In fact, tomorrow is the day.'

'I'd like to come and see you swim. And have dinner there.'

'Good idea. I shall tell Ratna too. We will all go.'

Neeti got excited like a child. She retrieved her old swimming costume from the store room with great difficulty, and as she was going to put it in her bag, she felt it looked too old-fashioned. She then went and bought a new one. 'Latest fashion,' the shopkeeper told her. She picked it up and came home. She put it on and blushed when she looked at herself in the mirror. It made her look twenty years younger, as the salesgirl had said. Maybe she would run into Shekhar in the pool, or at dinner. Shekhar had said to Neeti when he made the donation, 'See you soon.' But that did not mean anything. Everybody says that as a matter of course.

'Oh my God! Why doesn't he call?'

'Perhaps I was looking too dowdy in the casual salwar and kurta. I should not have ignored my appearance.'

Neeti did not see him at the tennis court, nor at the pool. The devil, what had happened to him? She casually asked the steward about Shekhar.

'Ma'am, he is abroad. Coming back next week. Any message for him?'

She wanted to leave a message. But she thought the better of it and said, 'No. Nothing.'

Ravi teased his mother. 'You want more donation from him?'

'No not yet. We are doing fine. I was told that he was a regular at the Club.' Neeti thought of nothing but Shekhar. She became absent-minded in her work and if anyone asked her for her advice or direction, she would wake up with a start from her reverie. At night she dreamt of him with her. Swimming together, dining together and then…she felt bashful to even think of that. But the thought persisted. After dinner at a hotel, Shekhar suggested having coffee in the room which was always reserved for him. They talked endlessly. Suddenly Shekhar got up, took hold of her and kissed her. Neeti felt weak in her legs and crumbled into his arms. He lay by her side and soon she felt his presence between her thighs.

Then there was a sudden thud. She got up with a start. The maid was knocking at the door with the tray for the morning tea.

'Late this morning, Madam?'

She cursed her under her teeth and hurried back to her bed to reconnect to her dream but it did not connect. Damn the wretched maid. Damn these tantalizing dreams. Damn Shekhar.

That day she decided to call Shekhar. But what would she tell him? 'Dreamt of you?,' or 'nothing. Just like that.'

No, she told herself, it would be a better idea to go to the club and just pretend to run into him casually. What if he didn't recognize her? Never mind. She could always refresh his memory.

Ah! there he was, playing tennis. She stood there in thrall for a while pretending to watch the game but infact estimating when he would go to the pool. She should reach the pool before him and be in the pool, or pretend to be sunning herself after a dip. It should look an accidental encounter.

Shekhar came and made straight for the pool. He looked around before entering the pool but did not seem to have noticed her. She dived into the pool from the opposite side. They crossed each other in the middle, yet no sign of recognition on his part.

She looked at him and said. 'Hi, Mr Shekhar Kumar.' He looked at her and responded, 'Hi, Ma'am.'

'I am Neeti. Remember we met at the Nari Niketan, when you made that donation?'

'Oh, forgive me,' he said, 'Of course I remember you very well. But you know a woman in sari and in a bikini looks so different!'

She smiled in response. Her gambit had worked.

'In fact, I meant to get in touch with you, but I had to go abroad for some time.'

'Yes, the steward told me.'

'Oh, you were the one? He told me but you had not left any message.'

'There was nothing important to leave a message about. I was hoping to meet you here in due course.'

'Thank you, Neeti. I have thought a great deal about you and the good work you are doing.'

'Hell! Who cares for work when you are there,' she felt like saying. Instead, she could only say, 'You did not show any sign of that?'

'I am sorry. But I'll make up. I have an official dinner meeting tonight. Let's meet here tomorrow and we will have a meal after that.'

Next day, Neeti reached there on time and got into the pool eagerly. But there was no Shekhar there. She started pedalling in the pool just to while away time. Impatient and anxious, she came out and checked at the reception. 'Any message from Mr Shekhar Kumar for me, Neeti?'

The receptionist looked at her in surprise. 'Don't you know Madam? He was arrested this morning in a case of smuggling. It was on the TV the whole day.'

She felt giddy but before she fell, she was able to rush and slump into a sofa chair.

***

Kumar and Sheila met once a week or so. It depended on so many factors. For sometime after Rishi's death Sheila herself left Kumar alone to cope with his grief. It would be indecent even to call him soon after the formal condolence meeting. Kumar's ardour also had faded for a while.

The pattern of their meetings too had changed. Since Kumar had almost stopped going on tours to other cities after Ravi became the MD of the company, they now started meeting in Delhi. Sheila would book a room in some good hotel and Kumar would join after she had settled in. Now it was not so much love-making as talking small talk and Sheila humming some tune.

'Is it the way old couples spend their time?' Kumar asked her.

'Yes, even a thousand more ways. First, there would not be any secrecy about our meetings. Then, we could go on trips, in India and abroad. In discovering places, we would be discovering each other. We could be reading in bed and sharing our favourite passages from books that we may have read alone earlier. We could see films on TV after dinner and drink coffee. Oh, there are so many ways, but I don't want to bore you.'

'No. they are not boring. It helps me imagine what I have missed in life.'

'It will be easier to count what you have enjoyed then what you have missed.'

'I know. So, go on narrating what I have missed.'

'Not only you but I too have missed a lot. More than you. Remember, I have only seen a bad marriage, and then a prolonged widowhood.'

Kumar's heart melted on hearing that. He would then start fondling her and kissing her all over, as parents do with a hurt child. Sheila would return his tenderness with redoubled zeal.

'Is there a time when a man or a woman can say that they have discovered each other in their fullness?' asked Kumar.

'No, one life is not enough to do that, if you really love each other.'

'I think so too.'

'We are both thirsty and starved. We can never have enough of each other. That is why I say, let's get married.'

'Marriage will kill all that, I'm afraid.'

'There is no way to prove it unless we get married.'

'Here, you and I live in a make-believe world that will not end.'

'Again, as I said, there is no way of proving it. You are afraid of entering permanently into the heaven that we can create for ourselves.'

'Yes. I am.'

They would part on that sort of note. Sheila was careful not to press her point too much lest Kumar should turn away from her.

Then they would reach the point which she dreaded. Kumar would look at his wrist watch and declare, 'Time to go.'

One day, when Kumar made his usual declaration, Sheila turned back gently, 'My dear Kumi, you live under the tyranny of time.Your official life is determined by the clock: office time, meetings, visits, and customers—all are time-slotted. You are a prisoner of time. Here you are on reprieve. When you come here, take off your chains and manacles and deposit them at the hotel locker. This room is sealed off from time. Grab these moments and relish them. You will regret your whole life if you let them slip away.'

Kumar heard Sheila quietly. Then he said with a smile, 'You are a charming salesman. I will try to live by your advice. But today, I must go now.'

'There is half an hour to go yet. The agenda is not over.'

'The rest of the agenda is postponed to the next meeting.'

'But Mr Chairman, a vote of thanks to the chair has not yet been proposed.'

'Please do that.'

'I propose,' Sheila said solemnly, and planted a kiss on his lip.

'The meeting is adjourned,' Kumar said as he got up to go.

They did not leave together. Sheila would leave after about an hour or so.

They played all sort of little games every time they met. The memory of the last meeting sustained them during the interval and when they met again, they would start from where they had left. They talked to each other like two children. It was as if the world had just come into being and they were Adam and Eve. Everything was new. Each word they spoke to each other was the first that was ever uttered. There was nothing to distract them from each other.

Every time they met they felt renewed and reinvigorated.

'I would have died long ago if we didn't meet when we did.' Kumar whispered to Sheila.

'Telling me that!' said Sheila. 'I was on the verge of suicide when I found you.'

'Yes. Love creates life. It sustains it.'

'Darling,' one day Sheila said excitedly, 'I have made a discovery.'

'What is that?'

'Promise, you won't laugh at me.'

'I do.'

'Love is a plant.'

'What sort?'

'Of tenderness.'

After a moment's pause, Kumar burst into clapping and exclaimed, 'Well put, my love, indeed it is a plant of tenderness. And, it requires daily, no, moment-to-moment nurturing.'

'We will create a garden of such plants so that people can experience its magic. We will distribute the saplings to whoever wants it.'

'No. Such a plant can't be bought from a nursery. It must be discovered by everybody by themselves.We are lucky to have discovered. We will cherish it.'

And then, getting up, he said, 'We should part on this sacred note.'

***

XVII

Back home, Kumar found a strange change in Kavita's behaviour. They had learnt to lead separate lives, together. If Kumar did not go to the office, he would be in his studio.

They slept together and after breakfast, barely exchanged a word with each other. They again met for meals.

They went together only for social functions.

Lately, however Kumar found that Kavita would often come to his studio to be with him, or, as she put it, 'to see you.' Sometimes, she would sort of sleepwalk up to him and embrace him. Kumar responded with a hug and invited her to sit down. She said, 'No, I just missed you and so dropped in. I don't want to disturb you,' and then she would walk out.

'No disturbance,' Kumar would say. Sometime she would come to give him some information or ask for it. On those occasions Kumar would feel for her and even love her. He wondered what sort of feelings were going on in her mind.If only she had behaved that way earlier!

All the people whom she hated or disliked had died. Was that the reason for her change of outlook? Not entirely, thought Kumar because she still asserted her authority as much as she could. Sometime, on an impulse she would purchase something and then not use it. Or, she would give money to a servant or a cause based on her whim. Or, change her word given to someone and thus embarrass Kumar. She would exaggerate figures favourable to her.

So, essentially, there was little that had changed in her. Yet, some of her actions would invite pity on Kumar's part. The arrogant, wilful, high and mighty woman would suddenly seem to beg for a morsel of a hug, a kiss or mere touch. Kumar would then forgive so many hurts she had caused, or continued to cause.

Sometimes when Kavita recalled Shanti and praise some of her qualities, Kumar could not take it. 'You say that now that you are sure she is dead.'

That would be the end of 'tender moments' between them.

***

One day Neeti said to Ravi that she was feeling like meeting Veena and Karan. 'Strange,' you only miss *them*. Not those in Hyderabad, Arjun and Katy!'

'I do miss them too, but not so much.'

'Why?'

'Because they are normal and happy.'

'Should I invite them to come for a holiday here? We can all then go out to some place together.'

'Sounds good. But still I'd like to see them there.'

'Ok. So, when do you want me to book your flight?'

'As soon as you can. Before my urge to see them dips.'

Neeti spent a month with Veena and Kamil Karan. Since his wife was not working it was easy for her to take Neeti around. Veena and Mary would often join them. They did a lot of things together on weekends. Neeti often cooked for them to give them the flavour of India. Karan's children became very fond of Neeti and insisted that she sleep in their room and tell them Indian stories.

Veena was not unhappy as Neeti had imagined. She had turned more inwards thanks to Mary's influence. Now she no longer wanted to change the world. She wanted to bring about changes in herself. She was very happy with Mary.

Neeti asked Veena, Kamil Karan and his wife Kamini whether they missed India. All of them said they did. Veena, however, added that for obvious reasons she could not live with her companion openly in India. Karan and his wife said they missed India acutely and wanted to return as soon as Karan could get a suitable job.

'That should not be difficult,' said Neeti, 'Our company could give you a job.'

'That would be great, auntie. Can you confirm that?' Karan asked her eagerly.

'I'll speak to Papa.'

Kumar asked her to send Karan's CV.

After a week, Kumar sent an email offering Karan the job of General Manager in the company.

Karan and his family were very excited about it and they started making preparations to leave.

A week after that, one of Karan's sons was killed in a shootout in his school. Karan told Neeti with tears in his yes, 'One more reason for leaving. American kids keep on killing their school mates every now and then without any reason. We will follow you soon.'

Neeti returned refreshed, despite the tragedy. One day she said to Nidhi, 'I think not only am I unlucky but I take bad luck wherever I go.'

Nidhi comforted her, 'It was just an accident. You happened to be there at that time. But it had nothing about your bringing bad luck to anyone.'

Neeti wanted to tell her that she made the trip to America, primarily to get away from Shekhar's memory but it did not help. She even contemplated committing some crime so that she would be put in jail along with Shekhar. But jails only separate people from their dear ones, not unite them. Then, she wondered how she, a middle-aged woman, was feeling and behaving like an adolescent girl smitten by love. She had never imagined that love awakened identical emotion, and even a temporary derangement of mind at whatever age it happened. It was a repeat of her feeling for Rishi so long ago. That she could not share it with anybody else made her suffering worse. Also, so far it seemed to be one-sided. She was not sure whether Shekhar too loved her. After all he had only invited her for dinner as a polite formality. He must have done that to many women. And that dinner meeting also did not take place. Why was she so crazy about a man she hardly knew?

And then she was a grandmother. Even if Shekhar was interested, it would be a scandal if their love became public or if they got married. She did not know whether anyone apart from Kumar would support her marriage.

The flight of her fancy had gone too far. Shekhar was still in jail and it was not known when he would get out of it. And if he did, what his physical and mental condition would be. She was in that flush of heat when the news broke out that Shekhar was acquitted. Neeti was mad with joy. All along she had believed that Shekhar could not have been guilty. And even if he had committed blue murder, her love for him would not have diminished even an iota. She had given her heart and soul to him. Only the body remained to be claimed by him.

While acquitting Shekhar, the judge had severely criticised the police and ordered that action should be taken against the concerned officers for falsely implicating an innocent and respectable citizen.

'Hurrah' shouted Neeti when she read the news in her newspaper.

By evening, she could no longer restrain herself. With her heart in her hand, she rang up his number. He was at home and was receiving the greetings of hordes of his friends.

'Come to my suite at the hotel at 7.30,' Shekhar said, 'will have dinner together.'

Neeti put on her best sari and make-up and was at the hotel dot on time. As soon as she saw Shekhar, she ran to embrace him and said, 'I am so happy. I always knew that you were innocent.' Then, suddenly she realized that it was the first time she had physically touched him. Shekhar took her in his arms and kissed her. She looked up and said, 'You look fine. You have stood the imprisonment well. I love you Shekhar.'

It all happened so suddenly and involuntarily as if they had been living together before he was jailed.

They had dinner in his reserved suite at the hotel. They talked, or rather she talked and Shekhar listened. After dinner, Shekhar said, 'You know that I never married.'

'Yes, I know,'

'You would like to know the reason.'

'I don't care,' Neeti declared, 'It doesn't matter whether you married a thousand times or stayed single.'

'But I think it is only fair that you should know.'

'If you insist,' Neeti replied.

'I am afraid you would not be happy to know.'

'Then don't tell me.'

'But you should know.'

Neeti was exasperated. Shekhar was teasing her. She said as if laying down her arms, 'For heaven's sake Shekhar, decide one way or the other.'

'Now listen,' said Shekhar and proceeded solemnly, 'Neeti, when I was 18, I went to see an army exercise where they were firing canons. I had never seen that sort of thing before.

While watching it, I happened to go behind one of the mules which had carried the gun to the hillock.

As the canon fired, the mule panicked and hit me with its hind legs in my crotch. I fell on the ground writhing with pain and bleeding profusely…'

'Ah! my poor baby,' Neeti interjected.

'I was rushed to the military hospital.

The doctors saved my life but said, 'I would remain impotent for life…'

***

XIX

Grace's children visited her every second year. In between they sent a ticket to her to visit them. She never interfered in the affairs of the family there or in Delhi. She gave advice only when asked and that generally was to 'flow with the current of life.'

She went every quarter to the meeting of the Golden Temple Committee. She had visited all important Sikh shrines in India. She was often invited by various universities for special lectures on some aspects of Sikhism. She had regular habits and kept good health. People who met her commented on the perpetual glow on her face.

Nidhi and her husband once took her for a tour of Rajasthan. It was during winter when the deserts of Rajasthan became very hospitable. She particularly enjoyed her stay at the Jal Mahal Palace.

On return from the trip, she felt fatigued. The family doctor advised her rest for some days.

She sent for Nidhi and asked her to sing for her while she held Nidhi's adopted son Raju close to her heart. One day she asked Kumar to organize a family dinner for all members of the family in India. Kumar was surprised at her unusual request. Without asking her further, he proceeded to do her bidding. All members of the family came. Her two children and their families from America also came as a surprise for her. She enjoyed the celebrations for a week which covered her birthday too. She got gifts from everyone. She distributed them amongst the members of the family. Her children and grandchildren joked with her and said they had never seen her look so young and cheerful. Bharat said they would take her to America and find a suitable match for her.

'Impossible to find a suitable match for her,' said Ravi and added, 'She is unmatched. Unique.'

'No,' she countered, 'I had a match in Ajit. But he went away too soon.'

Suddenly, Sneha came up with a novel suggestion, 'Let's call uncle Ajit's soul on the planchette and ask it where and how he is.'

Grace said that was all bunkum. However, they persuaded her to play along with them.

Ravi brought his planchette and explained the procedure to those present. He asked everybody to stay serious and not ask any silly question or ridicule any response given by the soul.

A sheet of paper was placed on the dining table. Three persons put three fingers each on the planchette. Ravi then said, 'Ajit, are you there?'

The pencil attached to the planchette moved and wrote: 'Yes.'

'Are you at peace?'

'Yes.'

'When will you visit us?'

'In good time.'

'In what form?'

There was no reply.

Everybody looked at Ravi quizzically.

Ravi said with a mischievous smile, 'Ratna is expecting. Let's hope, then!'

'Have you any message for Grace?'

'No.'

Everyone looked at Grace. She said. 'I have dreams of him quite often.'

'Will Grace see you?'

The pencil went around the page without writing anything legible.

'You want to go?'

'Yes.'

'Thank you,' said Ravi. The show was over.

'Why did the soul not answer the question about how he would be seeing us, and about his seeing auntie Grace?' asked Nidhi.

'It does not answer such specific questions. Life would lose its meaning and mystery if we could chat with souls and acquired knowledge about the future so easily. Only astrologers and palmists claim to make predictions, and mostly incorrectly,' explained Ravi.

Ratna said, 'If I have a boy, we will call him Ajit, if a girl, Grace.'

Ravi said, 'I entirely agree.' Everybody clapped in agreement.

Three days before Ratna's delivery, Grace was invited by the Golden Temple Committee for an urgent meeting. Ratna protested to Grace, 'You cannot be absent when my delivery is due.'

Grace said, 'I promise, I will be back in time.'

Three days later when Ratna got up in the morning, she told Ravi that she had a dream in which Grace said that she would see me in the hospital today.

'I hope she does,' said Ravi.

Soon after that, Ratna went into labour pains and was taken to hospital.

She had twins—a boy and a girl in the same order. Everybody was excited and the children were named Ajit and Grace.

An hour later Ravi got a call from Amritsar. The caller said, 'I am Sant Singh. I am sorry to have to inform you that Grace Bibi passed away about two hours ago.'

'Oh my God,' exclaimed Ravi, 'what happened?'

'According to her usual practice, she went for a dip in the holy lake early in the morning. We do not know what happened. A volunteer who was with her reported that she was drowned.'

'Drowned? But she was a good swimmer.'

'Yes. That is what surprised us also. When she took the dip and did not emerge after a few seconds, the volunteer caught hold of her arm and tried to pull her up. But, according to the volunteer, Grace Bibi seemed to have shaken herself free from her.'

'Strange!'

'Yes. We too are mystified. However, the volunteer accompanying her swears by her account.'

'I'll be there as soon as I can,' Ravi said.

Sant Singh said, 'Take your time. There will be a police post-mortem. Immediately after that a special Akhand Path will be done for her. And, as per her will of which she had given us a copy long ago, she will be cremated here, with full honours. I hope it is ok with you.'

'If that was her wish, we respect that. However, we will be there before cremation.'

Ratna complained to Neeti that Grace aunty had not kept her word.

Neeti replied, 'Don't you see, she has?'

***

XX

Kavita came to Kumar's study in an agitated state, and asked, 'Can I talk to you seriously?'

'You have always talked to me seriously.' Kumar responded with a smile, and added, 'I wish you had sometimes talked to me lightly.'

'Now it is too late to put me off like that.'

'I know that.'

'It is not about you and me. I want to talk about a matter about which you can do something.'

'What about?'

Neeti is in a very bad way. The other day she said she wanted to commit suicide.

'Bound to be. I suggested two years ago that she should get remarried, but you opposed it.'

'Marriage is a remedy worse than the disease.'

'Not always.'

'You are saying that?'

'Marriage with a good man would do her good.'

'Where is the guarantee that she can find the right man.'

'We can only try. If not marriage, what is your suggestion?'

'I do not know. That's why I came to ask.'

'Did you ask Neeti what she wants?'

'She would not tell me. Maybe she will tell you.'

'Alright, I'll ask her.'

Kumar asked Neeti about what was troubling her. She said she did not know herself.

'Will you consider marriage? We can try to help you there,' and as soon as he finished, he hastened to add, 'Oh, what am I saying. You should know better. You deal with this problem day in and day out at Nari Niketan.'

'Yes, Papa, I haven't seen only one good marriage if you excuse my saying so.'

'Auntie Grace and Uncle Ajit's.'

'It was an exception, but it was so short. And Grace was a woman who was serenely happy both in marriage, and after Ajit's uncle's death.'

'Did she ever tell you the secret?'

'Yes. You recall that when once we asked her this question, she advised, "Flow with the current."'

'Yes, I remember, but it wasn't specifically related to marriage.'

'Maybe you can tell me,' Neeti smiled.

'Me! Now you are joking.'

Both laughed.

Kumar told Kavita that Neeti complained of loneliness. 'The solution is obvious—marriage.'

'It is strange, this marriage business. It seems to me that marriage is a big hall. Those who are outside it, want to get in, and those who are inside it want to get out.'

Kumar laughed. 'It is a good observation. And thanks for the formula which solves the problem of both Neeti, and you.'

'And thanks for your suggestion to me too.'

'You propounded the formula. Anyway, right now we are talking about Neeti. I will be on the lookout. And

I'll ask Ratna or Ravi to fix an appointment with a shrink for Neeti.'

'Those people do nothing but listen to you.'

'Listening is the thing. People are only *telling* all the time; they don'tlisten.'

'She need not go and waste money on a shrink if all that she needs is being listened to. She can do it with me.'

'That is good provided you only listen and not make any comment or suggestion.'

'She has never opened up with me. I wonder if she will do so now?'

'You can try. Woman-to-woman chat is a good therapy.'

That was the longest conversation between Kumar and Kavita in a long time. Both were relieved to get over with that without falling out.

***

Next day Kumar had his rendezvous with Sheila.

She too was feeling very low. Kumar asked her for the reason.

She jumped up, and poking his chest with her index finger, said, 'You.'Smiling as usual, Kumar asked, 'What have I done?'

'It is not what you have done, but what you haven't done.'

'What is that?'

'You haven't moved an inch ever since we met.'

'Inch? From where?'

'From where you stood. Remember you told me that we would get married?'

'Strange that both of you and Kavita should broach this subject within a day of each other. You know what she said yesterday? 'Marriage is a hall. Those who are outside it, want to get in, and those are inside it want to get out'. Sheila shot back, 'Perfect formula. She is *in* and wants to get out. I am *out* and want to get in. What are you waiting for?'

'Sheila, it is not so simple. Divorce is an upheaval, an overthrow, a tsunami.'

'No. It seems so from a distance. It is no more than a small turbulence in a flight.'

'Be patient, Sheila.'

'I have been patient for a long time. You want to treat me as a side-kick, a mistress.'

'Don't use such ugly expressions for our lovely relationship.'

'We have to move forward. I can't stay in a stalemate.'

'Are you tired of me? Have you found...'

'Shut up Kumi. You know everything. Don't taunt me.'

'What do you want?'

'Marriage, with you. Now.'

'You want to take on a liability. I am an old man. I may not last long. You want to be a widow again?'

'No. I want to die a married woman. Even if you die on me, I shall remain proud of you. But why talk about such things? Let us spend together whatever time is left for us. I am tired of going every day to an empty house, sleeping alone, getting up alone. I am dying of loneliness. Come to my house and light it up. There you, Kumi, will belong to me. Why are you wasting away your precious life alone?'

Sheila had never spoken like this before. She had never held a mirror to Kumar. A shiver ran down Kumar's frame. They sat apart. They were no longer lovers. They had become adversaries. Sheila had rebelled and was laying down terms. Now or never.

'You have put me off for a long time. I can't take it anymore. I want you, whole and for ever.'

Kumar patted her cheek. 'Be a little more patient.'

'Patient, patient, patient. No more. Today is Wednesday. I want your decision by Saturday evening. It is a full moon night. I shall not wait beyond Saturday evening 8 pm. That is an ultimatum. Do you get it?'

Kumar got up. He walked away from her feebly like a drenched poodle with its tail stuck between its hind legs.

He stopped after a few steps, then turned back to Sheila.

He bent to hold and kiss her.

'Don't touch me. Remember. Saturday evening! That is when we meet.'

Then, suddenly she melted. 'Our love started with your kissing me on the small cut below my lower lip. Come and kiss it, for the last time unless you stick to the date and time. Saturday, the night of full moon. My life begins or ends that evening.'

Kumar kissed her without passion. Sheila kissed him again and said, 'Now, go my love. Remember Saturday evening, 8 o'clock.'

***

Kumar returned home thoroughly shaken. Kavita had one look at him and she knew that something was wrong with him.

'Anything the matter with you?'

'No. Nothing that you can do anything about.'

'Maybe I can. Even if I can't, let me know.'

'Get me a cup of tea first.'

She ordered the cook to bring tea and sat down by Kumar's side.

Kumar took a sip of water from a tumbler on the side table and said, 'Something has gone wrong in a relationship, business relationship.'

'What?'

One of my associates wants me to increase my share of investment. I can't easily do it. And yet I can't get out of it.'

'Then? What do you propose to do?'

'They have given us time till the end of week.'

'Will my giving up my holdings help?'

'Thanks. Let us see till this weekend. We will find some way out.'

'Have you consulted Ravi and Karan on the matter?'

'No, it doesn't concern them. It is some private investment I made some years ago.'

'Then…maybe I can help.'

Kumar wanted to tell her that only she could help. Yet he could not bring himself to do that. Suddenly, he felt a surge of sympathy for Kavita. He did not expect that Sheila would suddenly turn so aggressive. All along she had been so docile, so loving, so giving, never asking for anything. That lovely woman with a cut below her lower lip. It was that which made Kumar desire her. It was going on so smoothly between the two. Each at their best with the other. Suddenly, the bubble they had created had burst.

Why do women want marriage, Kumar wondered? He had once asked Sheila that question.

'Why do you want marriage? Isn't our relationship going fine?'

'I want marriage because it gives me a home. I have a house, but not a home. I am homeless. You too are. Together we can make a home.'

Kumar saw her point and so kept quiet.

The arrangement was going on so well. Sheila was getting more of his love than Kavita was. Sheila also had nothing against Kavita. Yet, she wanted to have her trophy which she could display. She wanted to introduce Kumar as *my* husband to her friends. She was not content with the stolen time with her lover. She did not want to be a thief, always in fear of being caught and condemned. She did not want any uncertainty about her love. Marriage. Only that was the way out.

And Kumar. How afraid he was about breaking the framework of marriage even if it was an empty shell? Sheila wanted to live within the hallowed space of marriage with Kumar. Sex was a mere glue. She wanted to sanctify it. Kumar could never understand the logic of her demand.

A clash was taking place within Kumar's head. Kumar could not make up his mind. He hoped time would solve his problem. He did not go to his office, did not paint. That was most unusual. He had never left his palette and brushes alone.

A similar conflict was taking place in Kavita's head. She was feeling left out in Kumar's problem. She had always been. She felt humiliated by Kumar's cumulative neglect. The lives of women in the Khanna household had been unlucky. Widowhood, divorces, remarriages, only she had been spared those. But there was a void in her case which was worse than divorce, worse even than widowhood. 'Oh God! What evil thoughts I have entertained? Widowhood?' That implied Kumar's death! No, no, she would never wish that. She always wanted to die before him.

She had been deeply affected by the death of Madhu and Tej and the renunciation of Billu. Then there were Nidhi's misfortunes and finally her son, Rishi's premature death. She had contemplated following Billu's example. But she was rejected because she was not old enough. Now that obstacle was no longer there.

On the third day, after a lot of thought she decided to act.

When Kumar got up from his siesta on Saturday, he did not find Kavita by his side. He looked for her but did not see her. He asked the maid. She said that she had gone out and handed him a note she had left:

'Dear Kumi,
I have been thinking of this for a long time. Do not look for me. I have gone to my guru to join his order. I could not have done that if I had met you before going. My resolve would have dissipated. Perhaps you would have stopped me.

I will be all right. Do not try to trace me. Tell the family that I have renounced the world. I shall always pray for peace for you.

—Kavi.

P.S. I have signed all my shareholding documents if that can help you in any way.'

Kumar felt a thud in this head. He could not get up from his bed. Kavita had defeated him by her retreat.

Suddenly, he felt drained out. He felt feverish. He lay down in his bed. He did not know when he dozed off. Nobody disturbed him. He slept through the evening, and night.

Next morning, the maid brought his morning tea and the Sunday newspaper.

The headline in the newspaper hit him. 'City businesswomen commits suicide, says nobody is to blame.'

Kumar felt dizzy. He dozed off again. When he got up, the maid brought an envelope someone had delivered the previous evening when he was asleep.

It read: 'I kept my word. Now you are free.'

Feebly, he put the note back in the envelope and placed it on Kavita's note on his bedside table. In a curious way, they had come together. Two conflicting, opposing forces, each pulling him away from the other, had, finally fused together.

Nearby, the church bells rang. A signal for Sunday morning service. It rang every Sunday, but Kumar had never taken any note of it earlier. That morning it sounded ominous. The autumn morning sun, shining a while ago, went behind a cloud and the view from his window became dull.

Kumar lay in his bed under a sheet, feeling feverish and cold.

***

Photo: Will Churchill

Narendra Luther is a former civil servant. He occupied the high table of humour for a long time and won several awards for his books. He organized the World Humour Conference in 1985.

He is an eminent authority on the history and culture of Hyderabad and has written a number of books and articles on the subject, some of which have been translated into different Indian languages. He has lectured at various universities and reputed institutions.

He is the president of Society to Save Rocks and chairman of Yudhvir Foundation. He received the Chishti India Harmony Award in 2016.

He has also written two other books, *A Bonsai Tree* and *Legendotes of Hyderabad.*

Narendra Luther currently lives in Hyderabad.

Visit the author at www.narendraluther.in